ஸ்ரீஇராமானுசர்

ம.பெ. சீனிவாசன்

நூலாசிரியர் ம.பெ.சீனிவாசன் ஆழ்வார் பாசுரங்களை விரும்பிப் பயில்பவர். தமிழ் வைணவம் தொடர்பான பல நூல்களின் ஆசிரியர். கம்பனைக் குறித்தும் இரண்டு நூல்கள் எழுதியிருக்கிறார். இவரது ஆய்வு முன்னுரையுடன் கூடிய திவ்வியப்பிரபந்தப் பாசுரத் தொகுப்பினை சாகித்திய அகாதமியும் (2010) திருமங்கையாழ்வாரின் ஆறு பனுவல்களும் கொண்ட பதிப்பினை (2016) உலகத் தமிழாராய்ச்சி நிறுவனமும் வெளியிட்டுள்ளன.

ஸ்ரீஇராமாநுசர்

ம.பெ.சீனிவாசன்

கிழக்கு

ஸ்ரீஇராமாநுசர்
SriRamanujar
M.P.Srinivasan ©

First Edition: April 2017
136 Pages
Printed in India.

ISBN 978-81-8493-717-6
Kizhakku - 974

Kizhakku Pathippagam
177/103, First Floor,
Ambal's Building, Lloyds Road
Royapettah, Chennai 600 014.
Ph: +91-44-4200-9603

Email : support@nhm.in
Website : www.nhm.in

kizhakkupathippagam
kizhakku_nhm

Author's Email: devakikannan@yahoo.com

Cover Image: *Artist* Vedha

Kizhakku Pathippagam is an imprint of New Horizon Media Private Limited

காணிக்கை

ஆசையுடையோரெல்லாம் கற்றுப் பயனடையுமாறு
அரிய மணிப்பிரவாள நூல்களைத்
தமிழ்நடையில் ஆக்கித்தந்த வள்ளல்
புலவர் கோமான்
ஈரத்தமிழ் முழுது மறிந்த பேராசான்
பு.ரா. புருஷோத்தமநாயுடு
அவர்களுக்கு...

முன்னுரை

கி.பி. 1017ல் அவதரித்தவர் இராமானுசர்.

அவரின் ஆயிரமாவது ஆண்டுச் சிறப்பு வெளியீடாக 2017 இல் இந்நூல் வெளிவருகின்றது.

இந்த வையகம் பயனுற வாழ்ந்தவர் இராமானுசர். அவரின் வாழ்க்கையை அனைவரும் உணர்ந்து மகிழுமாறு இந்நூல் இனிய தமிழ் நடையில் எழுதப்பட்டுள்ளது. ஆதரவுச் சான்றுகள் (Supporting Evidence) அடிக் குறிப்பிலும் வைணவ மரபுச் சொற்களுக்கான விளக்கம் அடைப்புக் குறிகளுக்குள்ளும் அங்கங்கே தரப்பட்டுள்ளன. மேலும் உடையவர் வாழ்வோடு தொடர்புடைய அறியத்தக்க செய்திகளையும் பின்னிணைப்பில் காணலாம்.

ஒரு காவியத்திற்குரிய பாடு பொருள் கொண்டது இராமானுசரின் வாழ்க்கை. காவிய காலத்தை நாம் கடந்து வந்துவிட்டோம். நின்று பயில்வதற்கு நேரமில்லாத 'விரைவு யுக'த்தில் நாம் ஓடிக் கொண்டிருக்கிறோம். எனவே, கூடிய மட்டிலும் செய்திகள் விடுபடாமல் நெருக்கியும் சுருக்கியும் நெய்த சிறு நூல் இது. அவ்வகையில், சீறி மதம் பொழியும் ஒரு சீரிய வேழத்தை அடக்கி ஒடுக்கிச் சிற்றுரலில் அமரச் செய்வது போன்ற சாகச முயற்சியை இதில் காணலாம்.

திருக்குறுங்குடி எனும் 'திவ்ய தேச'த்தில் அப்படியொரு சிற்பம் இருப்பதாகப் படித்திருக்கிறேன்.

இதனை மணிச் சுருக்கமாக (Nutshell) எழுதியபோது அந்தச் சிற்பக் காட்சியே என் நினைவுக்கு வந்தது.

இந்நூல் எழுதுவதற்குக் காரணமாக இருந்த அருட்செல்வர் நா. மகாலிங்கம், மூதறிஞர் ம.ரா.போ. குருசாமி ஆகிய பெருந்தமிழர்களை நினைந்து போற்றுகிறது என் நெஞ்சம்.

இந்நூலாக்கம் பற்றித் தமிழறிஞர் 'ம.ரா.போ.' அவர்கள் எழுதிய சிறு குறிப்பையும் பதினாறு ஆண்டுகளுக்கு முன்னர் வேறொரு சந்தர்ப்பத்தில் கவிஞர் சிற்பி அவர்கள் எழுதிய கவிதை நறுக்கையும் இப்போது இந்நூலில் பயன்படுத்தியிருக்கிறேன். அப்பெருமக்கள் இருவர்க்கும் என் நன்றி உரியது.

மேலும் ரசிகமணி டி.கே.சி. அவர்களின் சீடரான ல.சண்முக சுந்தரம் அவர்கள் எழுதிய கடிதமே இதற்கு, 'அணிந்துரை' யாகிறது. அவரின் 'மதிபெற்ற திருவுள்ளத்தால் மதிக்கப்பெற்றேன்' என்பது மகிழ்ச்சி தருகிறது.

புதிய சேர்க்கைகளுடன் மேன்மை செய்யப்பட்ட இந்நூலினை, 'கிழக்குப் பதிப்பகம்' இப்போது வெளியிடுகின்றது. வெளியீட்டாளர் திரு. பத்ரி சேஷாத்ரி அவர்களின் அன்புக்கு நன்றி பாராட்டி மகிழ்கின்றேன்.

ம.பெ. சீனிவாசன்

சிவகங்கை

19.12.2016

‘குரு’ முகம் அருளிய அறிமுகம்

ஆசாரிய இமயமாகிய உடையவரைப் பற்றி நமக்காக நூல் எழுதியவர் முனைவர் ம.பெ. சீனிவாசன். தமிழ்ப் பணியால் சமயத் தெளிவும் சமயத் தெளிவால் தமிழ் நலமும் பேராசிரியர் சீனிவாசனின் தனியுடைமை. பல நூல்கள் எழுதியவர். புலமையும் தெய்விக நாட்டமும் உடைய பெரியோர்களிடம் நெருங்கிப் பழகும் பண்பாளர்.

மூதறிஞர் ம.ரா.போ. குருசாமி

கவிமுகம் தந்த நூன்முகம்

‘அறிவுடையார் எல்லாம் உடையரென்றார் வள்ளுவனார்;
ஆழ நினைந்தால், அறிவதென்றால் எதனை எனும்
செறிவுடைய கேள்வி வரும்; சிந்தித்தால் விடை தெரியும்;
சித்தத் தெளிவுக்கு வித்தான ‘உடையவரை’
அறிவதினும் பெரிய அறிவுண்டோ? அவ்வறிவின்
அருநிதி நம் ம.பெ.சீ...’

கவிஞர் சிற்பி

ஒரு கடிதம் - அணிந்துரை ஆகிறது

அன்புடையீர், 'ஸ்ரீஇராமாநுசர்' என் கூடவே இருக்கிறார். அவரில் நானும் என்னில் அவருமாகச் சேர்ந்தே இருக்கிறோம். எல்லாம் உங்களுடைய நூலால்தான். 'ஸ்ரீஇராமாநுசர்' என்னும் அற்புதமான நூலால்தான். நூலா அது. என்னையும் ஸ்ரீஇராமாநுசர் கையையும் பற்றி இரண்டையும் ஒன்றாக இணைக்கும் அற்புதம் என்றுதான் சொல்ல வேண்டும். இரண்டு தடவை படித்து விட்டேன். அதோடு நிற்கிற காரியம் இல்லை; மேலும் மேலும் படித்துக்கொண்டே இருக்க வேண்டியதுதான். படிக்கப் படிக்க ஒரு முழமாவது மேலே மேலே உயர்த்தும் தங்கள் நூல். யாராயிருந்தாலும் படிக்கிறவனை உயர்த்தவே செய்யும் நூல். படிக்கிறவன் உருகிவிடுவான். உருகினவன் உயராமல் வேறு என்ன செய்வான்.

கல்லைப் பிசைந்து கனியாக்குகிற காரியந்தான் உங்கள் நூலின் காரியம். மேலும் மேலும் இந்த அற்புதச் சித்தை நிகழ்த்த வேண்டுகிறேன்.

இப்படிக்கு

அன்புடன்

ல.சண்முகசுந்தரம்

மேலகரம் - தென்காசி

14.08.2007

பொருளடக்கம்

1

ஞான சூரியன்

சமய வாழ்வில் பேரொளிப் பிழம்பாகத் திகழ்ந்தவர் இராமாநுசர். சற்றேறக் குறைய ஆயிரம் ஆண்டுகளுக்கு முன்னர்க் கனையிருள் அகற்றும் ஒளி மிக்க ஞாயிறாக அவர் உதித்தார். வியப்பூட்டும் வண்ணம் தத்துவ வெளிச்சத்தைப் பாய்ச்சி, பார்த்தவர் கண்களை மருளச் செய்யவில்லை அவர். மாறாக, அடித்தட்டு மக்களையும் அன்பெனும் பிடிக்குள் அகப்படுத்தும் ஞான சூரியனாகவே அவர் உயர்ந்தார். அன்பின் பொழிவும் அறிவுச் சுடரும் இணைய, நிலவும் கதிரும்போல ஒளிர்ந்தார். அந்த ஒளி இன்றளவும் நிலை பெற்று உலகுக்கு வழிகாட்டிக்கொண்டிருக்கிறது.

பெண்ணை வெறுப்பதும் உலகைவிட்டு ஒதுங்கியிருப்பதும் துறவாகாது. ‘வையத்து மக்களை வாழ்வாங்கு வாழச் செய்ய, ஒரு துறவியின் வாழ்க்கை எவ்வாறு உதவக் கூடும்?’ என்பதற்கு இராமாநுசரின் வாழ்க்கை நல்ல முன்னுதாரணம். வாழ்நாளில் அவர் செய்த சாதனைகள் பல. மனித நேயம் மிக்க சமயவாதியாக, சமூகப் புரட்சியாளராக, உயரிய மனிதப் பண்புகளுக்கெல்லாம் ஒரு கொள்கலமாக, அறிவின் எல்லை கண்ட ஒரு தத்துவ மேதையாக, உள்ளொன்று வைத்துப் புறம்பொன்று செய்யாத, ஒழுக்க சீலராக,

சொல்லியவண்ணமே செய்து முடிக்கும் ஆற்றல் மிக்கவராக அவர் வாழ்ந்தார். அதனால் செயற்கரிய செய்து, உலகத்தார் உள்ளத்துள் எல்லாம் உறையும் உயரிய நிலையினைப் பெற்றார்.

'இராமாநுசர்' என்பது இன்று நாடறிந்த திருப்பெயர். 'இளையாழ்வார்' என்னும் இயற்பெயர் கொண்டவரை யதிராசர், உடையவர், எம்பெருமானார், சடகோபன் பொன்னடி, கோயிலண்ணர் எனப் பல பெயர்களைச் சூட்டி வைணவ உலகம் போற்றிக் கொண்டாடுகின்றது. எனினும் சமய தத்துவ உலகில் அவரைக் குறித்து வழங்கும் ஒரு பெயர் - ஒப்பற்ற பெயர் இராமாநுசர் என்பதே. அவரைப் புகழ்ந்து அந்தாதியமைப்பில் நூல் செய்த திருவரங்கத்தமுதனாரும் பாடல் தோறும் 'இராமாநுசர்' என்னும் இந்த ஒரு பெயரையே எடுத்தாண்டார். 'இராமாநுச நூற்றந்தாதி' என்பது நூற்பெயர்.

இந்தியத் தத்துவ ஞான வரலாற்றில் சங்கரர் *(கி.பி. 788-820)*, இராமாநுசர் *(கி.பி. 1017-1137)*, மத்வர் *(கி.பி. 1199-1278)* என்னும் மூன்று பெயர்களும் முக்கியமானவை. இம்மூவரும் ஞானப் பேரரசர்களாக விளங்கியவர்கள். முறையே அத்வைதம், விசிட்டாத்வைதம், துவைதம் என்னும் கோட்பாட்டை வழங்கியவர்கள். இம்மூவருள்ளும் சமய தத்துவ எல்லையைத் தாண்டிப் பொது நிலையில் உள்ள பலராலும் அதிகம் பேசப் பெறுபவர் இராமாநுசர் ஒருவரே. கடவுள் மறுப்புக் கொள்கையுடையவர்களும் இராமாநுசரை வியந்து நோக்கியதையும் நயந்து போற்றியதையும் இங்குக் குறிப்பிட்டாக வேண்டும்.

'முத்தியோ சிலரின் சொத்தென இருக்கையில்
இத்தமிழ் நாடுதன் இருந்தவப் பயனாய்
இராமா நுசனை ஈன்ற தன்றோ?'

என்னும் பாவேந்தரின் பாராட்டுரை இவ்வகையில் நினைத்தற்குரியது. இதில் இராமாநுசரின் பிறப்பு தமிழ்நாட்டின் தவப் பயன் என்று சிறப்பித்திருப்பது குறிக்கொள்ளத் தக்கது.

'திருமாலைப் பரம்பொருளாகக் கருதிச் சரணடைய விரும்பியவர்கள் அனைவரும் வைஷ்ணவர்கள்; அவர்களுக்குள் சாதி வேற்றுமை இல்லை' என்று கருதியவர் இராமாநுசர். இதனை வெறும் உபதேசமாக்காமல், உறுதியோடு கடைப்பிடித்துக் காட்டவும் அவர் தயங்கவில்லை. குலந்தாங்கு சாதிகள் நாலிலும் கீழ்ப்பட்டவர்கள் என்று கருதப்பட்டவர்களைத் திருக்குலத்தாராகக் கண்டு போற்றியது அவர் திருவுள்ளம். கர்நாடக மாநிலத்தில் உள்ள திருநாராயணபுரம் என்னும் மேல்கோட்டையில் திருமால் கோயில் கட்டுதற்கு அவர்கள் செய்த

உதவிக்கு நன்றி பாராட்டும் வண்ணம் கோயிலுக்குள் அவர்கள் சென்று வழிபடவும் அனுமதி அளித்தார் இராமானுசர். இவ்வகையில் பல நூற்றாண்டுகளுக்கு முன்பே ஹரிஜனங்களின் ஆலயப் பிரவேசத்திற்கு அடிகோலியவர் அவர். மேலும் ஸ்ரீரங்கப்பட்டணம், பேலூர் ஆகிய கர்நாடக நகரங்களில் உள்ள பெருமாள் கோயில்களில், இத்தகைய அனுமதி அளிக்கப்பட்டிருந்ததைப் புக்கனன் (Buchnan) போன்ற வரலாற்றாசிரியர்கள் தகுந்த ஆதாரங்களுடன் எடுத்துக் காட்டியுள்ளனர். ரைஸ் (Rice) என்ற ஆங்கிலேயரால் தொகுக்கப் பெற்று, 1897ல் வெளிவந்த மைசூர் கெஜட்டீர் (Gazetteer) இதழிலும் இது தொடர்பான விவரங்களைக் காணலாம். அனைத்துக்கும் மேலாக ஸ்ரீவைஷ்ணவர்களுக்கே உரிய 'பஞ்ச சம்ஸ்காரம்' (சங்கு சக்கர முத்திரை, திருமண் தரித்துக் கொள்ளுதல்) முதலியவற்றைத் திருக்குலத்தாரும் பெற்றுக்கொள்ளும் உரிமையினை அளித்தார் அவர். இப்படி இராமானுசரின் அன்பு நெறி அனைவரையும் தழுவிக் கொண்டதை, ஆட்கொண்ட வில்லி கோவிந்தாசாரியர், இராமானுசரின் வாழ்க்கை (Life of Ramanujacharya) பற்றி எழுதிய தம் நூல் ஒன்றிலும் குறிப்பிட்டிருக்கிறார்.

சாதி வேறுபாடுகளை அடியோடு நிராகரித்தவர் இராமானுசர். எனவே, அதனை ஒழிக்கும் வகையில் வைணவம் அனைவர்க்கும் உரித்தானது என்று அறிவித்தார். 'பரந்தாமனின் அடியார்கள் பண்டைக் குலத்தைத் தவிர்த்து, தொண்டக் குலமாகி விடுகிறார்கள்' என்னும் பெரியாழ்வார் திருமொழியை அப்படியே கடைப்பிடித்தார். திருமால் அடியார்கள் கூட்டத்தில் (பாகவத கோஷ்டி) சாதியைக் குறிப்பிடுவது (ஜன்ம நிரூபணம்) கூடாது என்னும் கொள்கையைத் தம் வாழ்விலும் செயற் படுத்திக் காட்டினார். மற்றவர்களுக்குத் தாமே முன்னுதாரணமாக விளங்கினார். அவர்தம் வாழ்க்கை நிகழ்ச்சிகளே இதனை உறுதி செய்கின்றன.

காவிரியில் நீராடச் செல்லும்போது அந்தணரான முதலியாண்டானின் கையைப் பற்றிச் செல்வாராம் இராமானுசர். நீராடித் திரும்பும்போதோ தாழ்த்தப்பட்டவரான உறங்காவில்லியின் கையைப் பற்றிக்கொண்டு நடப்பாராம். சாதி அபிமானம் கொண்டவர்கள் இக்காட்சியைக் கண்டு மருண்டார்கள். தீப்பூண்டை மிதித்ததுபோல் திகைத்தார்கள். ஆனால் இராமானுசரோ, 'சாதிச் செருக்கு வஞ்ச முக்குறும்புகளுள் ஒன்று' என்று உணர்ந்தார். அங்ஙனம் உணர்ந்தமையினாலே, பேதமுறாத பொதுமையுணர்வைத் தம் வாழ்விலும் தப்பாமல் கடைப்பிடித்துக் காட்டினார். அவர் செய்த அரியவற்றுள் எல்லாம் அரிய செயல் இது.

எம்பெருமானார் தரிசனம்

கருணைக் கடலான எம்பெருமானைக் காட்டிலும் கருணையில் விஞ்சி நின்றவர் இராமானுசர். எனவே, எம்பெருமானார் (எமக்கெல்லாம் தலைவர்) என்னும் சிறப்புப் பெயரும் அவருக்கு ஏற்பட்டது. இதனை அங்கீகரித்த திருவரங்கத்து எம்பெருமானும் (இறைவனும்) ஸ்ரீவைஷ்ணவ மதத்துக்கு 'எம்பெருமானார் தரிசனம்' என்றே பெயர் சூட்டி மகிழ்ந்தானாம். மணவாள மாமுனிகள் தாம் பாடிய உபதேச ரத்தின மாலையில் (38) கீழ்க்காணும் வெண்பா ஒன்றில் இதனைத் தெளிவுபடுத்தியுள்ளார்.

> 'எம்பெரு மானார் தரிசனமென் றேயிதற்கு
> நம்பெருமாள் பேரிட்டு நாட்டிவைத்தார் - அம்புவியோர்
> இந்தத் தரிசனத்தை எம்பெருமா னார்வளர்த்த
> அந்தச் செயலறிகைக் கா'

இராமானுசருக்கு முன்னர் நாதமுனிகள், ஆளவந்தார் போன்ற ஆசார்யர்களாலும், அவர்களுக்கும் முன்னர் ஆழ்வார்களாலும் வளர்க்கப்பட்டுத் தமிழ் மண்ணில் **'தீதில் நன்னெறி'**யாகத் தழைத்தது வைணவ சமயமாகும். ஆனால், அவர்கள் காலத்தில் பெறாத வளர்ச்சியைப் பெற்று, இராமானுசர் காலத்தில் அது உயர்ந்தோங்கி நின்றது. அவர் மூலமாகக் கர்நாடகத்திலும் பின் அங்கிருந்து வட இந்திய மாநிலங்களுக்கும் சென்று பரவியது.

தாம் கற்ற கல்வியாலும் பெற்ற தத்துவ ஞானத்தாலும் அகந்தை கொள்ளாமல் - சாதாரண மக்களோடும் சங்கமித்து அவர்களிட மிருந்தும் கற்பன கற்று, அன்பு நெறியில் அனைவரையும் அரவணைத்து, வைணவப் பயிரைச் செழிக்கச் செய்தார் இராமானுசர். திருமலைப் பயணத்தின்போது வழிதவறி விடவே, ஏற்றமிறைப் போன் ஒருவன் சரியான வழியைக் காட்ட, அவன் செய்த நன்றியை நினைந்து அவனையும் தண்டனிட்டு வணங்கினார் அவர். அவரின் ஆளுமை வெளிச்சம் ஆயிரம் சூரியக் கதிர்களாகச் சுடர் விடும் இடங்களில் இதுவும் ஒன்று. 'துறவிகளுக்கெல்லாம் அரசர்' என்னும் பொருளில் 'யதிராசர்' என்று போற்றப்பட்டவர் அவர். தம் காலத்தில் வழங்கிய தத்துவ நூல்கள் அனைத்தையும் கற்றுக் கரை கண்டவர். அதனால், 'எல்லா நூல்களின் உண்மையறிந்தவர்' (ஸர்வ சாஸ்த்ரார்த்த தத்வஜ்ஞ) என்று போற்றப்படுபவர். அவர் இயற்றிய ஸ்ரீபாஷ்யத்தைப் படித்தாலே அவரின் பல திறப்பட்ட தத்துவப் புலமை புலனாகும் என்பர். எனினும், தத்துவ விசாரணையால் மட்டும் அவர் மனம் நிறைவு காணவில்லை. இறைவனை அணுகுவதற்கு அறிவு வழியைவிட இதய வழியே சிறந்தது என்று அவர் கருதினார். எனவே,

இறை வழிபாட்டில் அழகுணர்ச்சியையும் இணைத்துக் கடவுளைப் புவன சுந்தரனாகப் பாவித்து வணங்கும் நெறியை இராமாநுசர் அறிமுகம் செய்தார். இந்த நெறியே மக்களின் மனத்தைப் பெரிதும் கவர்ந்தது. இதனால் வைணவம் மக்கள் இயக்கமாக அவர் காலத்தில் மலரத் தொடங்கியது. சத்தியம், ஒழுக்கம், அழகு ஆகிய மூன்றையும் ஒருசேரக் கண்ட தத்துவமே இராமாநுசரின் தரிசனம் என்பர்.

கர்மத்தை வலியுறுத்தியது சநாதன தர்மம். ஆனால் இராமாநுசர், ஒருவன் எந்தச் சாதியில் பிறந்திருந்தாலும் இறைவனுடைய லீலைகளில் மனம் ஈடுபட்டால் அவனருளைப் பெறுவதற்கு உரிமையுண்டு என்று நம்பினார். இந்த நம்பிக்கையின் அடிப்படையில் அவர் வளர்த்த வைணவ நெறி மக்களிடம் செல்வாக்கு பெற்றதில் வியப்பில்லை அல்லவா?

'விசிட்டாத்வைதம் சமய ஒழுக்கத்தையும் சமய அனுபவத்தையும் விளக்குகிறது. ஆனால், அது வெறும் கொள்கைகளின் அடுக்கு அல்ல. செயலைத் தன் அடிப்படையாகக் கொண்டு விளங்கும் வாழ்க்கை விளக்கம் அது. இறைவனருள் எல்லாச் சமயத்தினருக்கும் சாதியினருக்கும் உண்டு என்ற முற்போக்கான கருத்தை உலகுக்கு அளித்தது அதுவே' என்று அறிஞர்கள் இராமாநுசர் கண்ட நெறியைப் பாராட்டிக் கூறியுள்ளனர். இராமாநுசர் வகுத்த வைஷ்ணவ மதத்தின் அரசியல் வியாக்கியானமே காந்தியடிகள் கண்ட ராம-ராஜ்யம் என்றும் அவர்கள் கருத்துரைக்கின்றனர்.

ஆழ்வார்களின் பாசுரங்களை அடியொற்றி இராமாநுசர் வளர்த்த பக்திநெறி வட நாட்டிலும் பரவியது. இராமானந்தர், கிருஷ்ண சைதன்யர், இராமதாஸ் ஆகியோர் பிற மதத் தாக்குதலை எதிர்கொள்ளவும் அதுவே உதவியது. இதனைச் சுவாமி விபுலானந்தர் பின்வருமாறு வியந்து பேசுவார்.

'இராமாநுஜ முனியாகிய பகீரதர் தென்னாட்டுத் தெய்வக் காவிரி வெள்ளத்தினை வடநாட்டுக் கங்கையிலே கலக்குமாறு செய்தார். கலப்பினால் ஏற்பட்ட அன்பு வெள்ளம் பாரத நாட்டின் மேற்குத் திசையிலும் பரவியது. மும்மையும் செம்மை வாய்ந்த இப்பரத நாட்டிலே அரியின் திருநாமம் ஆயிரமும் யாங்கணும் முழங்குவன வாயின.'

'இராமாநுசர் ஒரு துறவி; தத்துவ ஞானி' என்று விலகிப் போகாமல் அணுகிப் பார்த்தால் பல அதிசயங்கள் நமக்குப் புலனாகும். 'கணந்தோறும் வியப்புகள் புதிய தோன்றும்.' 'இந்நாள்வரை இவற்றை அறியாமல் இருந்தோமே' என்னும் ஏக்கம் தலை தூக்கும்.

மறுகணத்தில் 'இப்போதாவது அறியும் வாய்ப்பு நேர்ந்ததே' என்னும் மகிழ்ச்சி மேலோங்கும். இந்த நூற்றாண்டின் வாழ்வியல் சிந்தனை களோடும் இணங்கிப் போவதாக அவர் கருத்துகளும் வாழ்க்கையும் அமைந்திருப்பதை நம் உள்மனம் உணரத் தொடங்கும்.

பலரும் தத்தம் நோக்கில் கொண்டாடத்தக்க சிறப்புகள் கொண்டதாக அவர் வாழ்க்கை அமைந்திருந்தது. சமயவாதிகள் மட்டுமன்றி, சமுதாயச் சிந்தனையாளர்கள், சீர்திருத்தவாதிகள், மெய்விளக்க அறிஞர்கள், வரலாற்றாசிரியர்கள், கவிஞர்கள், பல்வகை இலக்கியப் படைப்பாளிகள் - என இராமாநுசரிடத்தே ஈடுபட்டோர் பலர். அந்த ஈடுபாட்டின் விளைவாக இன்றளவும் வந்துகொண்டிருக்கும் நூல்களே இதற்குச் சான்று.

'வேதநூற் பிராயம் நூறு' என்னும் ஆழ்வார் வாக்கையும் தாண்டி, நூற்றிருபது ஆண்டுகள் வாழ்ந்தவர் இராமாநுசர். அந்த நெடிய வாழ்க்கையில் அவர் செய்த அரிய சாதனைகள் பலவாகும்.

இனி அடுத்து வரும் இயல்களில் யதிராஜரின் வியப்பூட்டும் வாழ்க்கை வரலாற்றையும் வியப்பூட்டும் செயற்கரிய சாதனைகளையும் அவரது வாக்கும், செயலும் ஒன்றுபட்டுச் சமுதாய மேம்பாட்டுக்குச்செய்த பெருநன்மையையும் குறித்து விரிவாகப் பார்ப்போம்.

இனி அடுத்து வரும் இயல்களில் யதிராஜரின் வியப்பூட்டும் வாழ்க்கை வரலாற்றையும் செயற்கரிய சாதனைகளையும் அவரது வாக்கும் செயலும் ஒன்றுபட்டுச் சமுதாய மேம்பாட்டுக்குச் செய்த பெருநான்மையையும் குறித்து விரிவாகப் பார்ப்போம்.

2

வரலாறு படைத்த வாழ்க்கை

திருமாலையே பரம்பொருளாக ஏத்தி வழிபடும் வைணவ சமயப் பெரியோர் ஆழ்வார்கள், ஆசார்யர்கள் என இருவகைப்படுவர். இறைவனாலே மயர்வற மதிநலம் அருளப் பெற்றவர்கள் ஆசார்யர்கள் ஆவர். ஆழ்வார்கள் காலத்திற்குப் பிறகு வைணவ சமயத்தை அசைக்கவொண்ணாபடி நிலைநாட்டிய பெருமை ஆசார்யர்களுக்கே உரியது. ஆழ்வார்கள் ஈரத் தமிழ்ப் பாசுரங்களால் பக்திக் கோயிலை எழுப்பியவர்கள் என்றும் ஆசார்யர்களோ அப்பூங்கோயிலுக்கு அரணாக ஞானக் கோட்டை கட்டியவர்கள் என்றும் சிறப்பித்துக் கூறுவதுண்டு.

காலத்தால் மிகவும் முற்பட்டவர்கள் ஆழ்வார்கள். ஆகையால் அவர்களின் வரலாற்றை நாம் சரியாக விளங்கிக்கொள்ள முடியவில்லை; அப்படி விளக்கிக் கூறும் நூல்களும் அதிகம் இல்லை. இருக்கும் சில நூல்களும் கற்பனை கலந்து புனையப் பெற்ற கதைக்கோவைகளாகவே உள்ளன. ஆதலின் வரலாற்று முரண்களைக் களைந்து, ஆழ்வார்கள் வாழ்ந்த காலப் பகுதி முதலியவற்றை அறுதியிடுவதில் ஆராய்ச்சியாளரிடையே இன்றளவும் கருத்து

வேற்றுமை நிலவுகின்றது. ஆனால், ஆசார்யர்களைப் பொறுத்தவரை சரித்திரத்தோடு ஒத்துப் போகும் சாதகமான நிலை காணப்படுகிறது. கி.பி. ஒன்பதாம் நூற்றாண்டில் அவதரித்த நாதமுனிகள் தொடங்கி, பதினான்காம் நூற்றாண்டில் அவதரித்த மணவாள மாமுனிகள் வரை, ஆசார்யர்கள் பலரும் தோன்றி, வைணவ சித்தாந்தத்தைக் கட்டிக் காத்தனர். இவ்வாசார்யர்களுள் பலர், நூற்றுக்கணக்கில் நூல்களை இயற்றியுள்ளனர். அவைகளில் சில வரலாற்று நூல்களாகவே அமைந்திருப்பது வைணவத்திற்கு கிடைத்த பெரும் பேறாகும். இவையேயன்றி ஆசார்யர்களைப் பற்றிய சரித்திரச் சான்றுகளைக் கொண்ட நூல்களும் நூற்றுக்கணக்கில் உள்ளன. நாதமுனிகள் முதலான முந்தைய ஆசார்யர்களின் (பூர்வாசார்யர்கள்) காலத்தையொட்டி ஒரு சில நூற்றாண்டுகளுக்குள் எழுதப்பட்ட நூல்கள் இவை. குறிப்பாக இராமாநுசரின் சீடர் பரம்பரையினரால் பதினான்காம் நூற்றாண்டு வரை எழுதப்பட்ட நூல்கள் பலவும் இவற்றுள் அடங்கும். இந்நூலாசிரியர் சிலர் ஆசார்யர்களின் சம காலத்தில் வாழ்ந்து அவர்களின் குணச் சிறப்புகளையும் வாழ்க்கை நிகழ்ச்சிகளையும் நன்கு அறிந்தவர்கள். வேறு சிலரோ அடுத்த தலைமுறையைச் சேர்ந்தவர்களாய் நம்பகத் தன்மையுடன் கூடிய செய்திகளை அவர்களோடு பழகியவர்கள் சொல்லக் கேட்டறிந்து அவற்றைப் பதிவு செய்தவர்கள். ஆகையால், இந்நூல்கள் அனைத்தையும் தொகுத்து நோக்கினால் நாதமுனிகள் தொடக்கமாக உள்ள ஆசார்யர்கள் அனைவரின் வரலாற்றையும் ஓரளவுக்கு நாம் அறிந்துகொள்ள இயலும்.

இந்நூல்களிலும் புனைவுகள் உண்டு; ஒன்றோடொன்று முரண்பட்டுச் செய்திகளை விவரிக்கும் இடங்களும் உண்டு. பக்திபூர்வமான மன நிலையிலும் அதீதமான ஆர்வத்திலும் உண்மைக்கு ஊறு செய்யும் போக்கினையும் காணலாம். ஆயினும் அவற்றை முழுதும் பொய் என்று புறம் தள்ள முடியாது. அவற்றிலும் உண்மை கலந்திருப் பதையும் சரித்திரம் சார்ந்திருப்பதையும் நம்மால் உணர முடியும்.

வைணவ குரு பரம்பரையை - ஆசார்யர்களின் வரிசை முறையை ஒரு ரத்தின மாலையாக (ஆசார்ய ரத்ன ஹாரம்) உருவகித்துக் கூறுவர்.

அந்த மாலையை நம் கண் முன்பே கீழ்க்காணுமாறு நிறுத்திப் பார்க்கலாம்.

பெரிய பெருமாள்

பெரிய பிராட்டியார் • • மணவாள மாமுனிகள்

சேனை முதலியார் • • திருவாய்மொழிப் பிள்ளை

நம்மாழ்வார் • • பிள்ளை உலகாசிரியர்

நாதமுனிகள் • • வடக்குத் திருவீதிப்பிள்ளை

உய்யக்கொண்டார் • • நம்பிள்ளை

மணக்கால்நம்பி • • நஞ்சீயர்

ஆளவந்தார் • • பட்டர்

பெரிய நம்பிகள் • • எம்பார்

•

•

இராமாநுசர்

ஆசார்ய வரிசையில் பெரிய பெருமாளாகிய இறைவனே முதல் ஆசார்யன். கடைசி ஆசார்யர் மணவாள மாமுனிகள். அழகு ஒளிரும் ரத்தினங்களால் தொடுக்கப் பெற்ற இந்த ஆசார்ய மாலையில், நடுநாயகமாக ஒளிர்பவர் இராமாநுசர் மட்டுமே. வைணவ சமயத்துக்கு அவரால் கிடைத்த ஏற்றம் கருதி, அவருக்கு முந்தையோர் கொடுத்த தனிப்பெருஞ் சிறப்பு இது. இச்சிறப்பினை அவரது வைபவம் பற்றிப் பேசும் எல்லா நூல்களும் ஒத்த குரலில் - ஒரு மிடறாக எடுத்துரைக்கின்றன. இவருக்கு முன்பிருந்தவர்கள் இவர் திருமுடி சம்பந்தத்தால் பேறு பெற்றதாகவும் பின்புள்ளோர் திருவடி சம்பந்தத்தால் பேறு பெற்றதாகவும் கொள்வது வைணவர் கொள்கை.

‘முன்புள்ள ஆசார்யர்கள் இவருக்கு ஆசார்யர்களாகப் பேறு பெற்றார்கள்; பின்புள்ள ஆசார்யர்கள் இவருக்குச் சிஷ்யர்களாக ஸ்வரூபம் பெற்றார்கள்’ எனக் கூறுவர் பிள்ளைலோகஞ் சீயர்.

இராமாநுசர் பற்றிய நூல்கள்

இராமாநுசரின் வரலாறு பற்றிப் பேசும் நூல்கள் பலவாகும். அவை தமிழிலும், வடமொழியிலும், தமிழும் வடமொழியும் கலந்த மணிப்பிரவாள நடையிலும் அமைந்துள்ளன.

வடமொழி நூல்கள்

இராமாநுசரிடத்தில் எல்லையற்ற பக்தி செலுத்தியவர் வடுக நம்பி என்னும் சீடராவார். இராமாநுசரின் அணுக்கத் தொண்டராக விளங்கியவர் அவர். இராமாநுசரின் திருவடிகளையே வழியும் (உபாயம்) பயனுமாகக் (உபேயம்) கொண்டு வாழ்ந்தவர். இவர் இயற்றிய 'யதிராஜ வைபவம்' என்னும் வடமொழி நூலே, இராமாநுசரது வரலாற்றைத் தெரிவிக்கும் முதல்நூல் என்பர். இது தவிர ஸ்ரீ யதிராஜ மங்களம், அஷ்டோத்தர சதநாம ஸ்தோத்திரம் என்னும் இரு நூல்களையும் வடுக நம்பி அருளிச் செய்துள்ளார். இவற்றிலும் இராமாநுசர் பற்றிய வரலாற்றுக் குறிப்புகள் இடம் பெற்றுள்ளன.

இராமாநுசரது சம காலத்தில் வாழ்ந்தவர் கருட வாகன பண்டிதர். இவர் இயற்றிய 'திவ்யசூரி சரிதம்' என்னும் வடமொழி நூலிலும் இராமாநுசரின் வரலாற்றைக் காணலாம்.

இராமாநுசர் காலத்திற்குப் பின்னர் ப்ரபந்நாம்ருதம், ஸ்ரீராமாநுஜ ஜம்பு, யதிராஜ விஜயம் போன்ற நூல்கள் வடமொழியில் எழுந்தன. வெவ்வேறு ஆசிரியர்களால் இயற்றப் பெற்ற இம்மூன்று நூல்களும் முறையே சுலோக வடிவிலும், உரையும் பாட்டும் கலந்த நடையிலும் (ஜம்பு), நாடக வடிவிலும் அமைந்தவை.

இவை தவிர தோத்திர வடிவில் அமைந்த இரண்டு வடமொழி நூல்கள் இங்குக் குறிப்பிடத் தக்கவை 'யதிராஜ ஸப்ததி', 'யதிராஜ விம்சதி' என்னும் பெயர் கொண்டவை. முறையே இவற்றை அருளிச் செய்தவர்கள் வேதாந்த தேசிகரும் (கி.பி. 1268 - 1369), மணவாள மாமுனிகளும் (கி.பி. 1370 - 1443) ஆவர்.

மணிப்பிரவாள நூல்கள்

தமிழும் வடமொழியும் கலந்து எழுதப்பெற்ற மணிப்பிரவாள நூல்களில் பலராலும் சிறப்பித்துப் பேசப்படுவது பின்பழகிய பெருமாள் ஜீயர் இயற்றிய 'ஆறாயிரப்படி குரு பரம்பரை' என்னும் நூலாகும்.

பிள்ளைலோகஞ் சீயர் செய்த 'ராமாநுஜார்ய திவ்ய சரிதை' என்னும் நூல் இராமாநுசரின் வாழ்க்கை வரலாற்றை விரிவாகக் கூறுகிறது. புதிய கோணங்களில் பல புதுச் செய்திகளைக் கூறும் நூலாகவும் இது மதிக்கப்படுகிறது. மற்றைய மணிப்பிரவாள நூல்கள் வருமாறு:

1. குருபரம்பரை மூவாயிரப்படி 2. பன்னீராயிரப்படி 3. பெரிய திருமுடியடைவு 4. அந்திமோபாய நிஷ்டை 5. ரகஸ்ய விவேகம் 6. சரமோபாய நிர்ணயம் 7. பழநடை விளக்கம் 8. கோயில் ஒழுகு 9. திருமலையொழுகு

என்பன அவை.

தமிழ் நூல்கள்

குருபரம்பரை என்ற தலைப்பில் ஆசார்யர்களின் வரலாற்றைச் செய்யுள் வடிவில் தெரிவிக்கும் ஆறு நூல்கள் தமிழில் உள்ளன. இவற்றுள் ஒன்றான வடிவழகிய நம்பிதாசரின் குருபரம்பரை கவியழகிலும் நாடகப் பாங்கிலும் சிறப்புடையதாகத் திகழ்கிறது. இந்நூலின் முதற்காண்டம் ஆழ்வார்கள் வைபவம் பற்றியும் இரண்டாவது காண்டம் நாதமுனிகள் தொடக்கமான ஆசார்யர்கள் வைபவம் பற்றியும் பேசுகின்றது. 1118 செய்யுட்களில் இராமாநுசர் வரலாறு இந்நூலில் விரித்துரைக்கப்படுகிறது. ஆதிசேடனாகிய அனந்தாழ்வான் இளையாழ்வாராகப் பிறந்தது முதல் - எதிராசராகத் திகழ்ந்தது - மண்ணுலகத்தில் உள்ள உயிர்களையெல்லாம் கடைத் தேற்றிக் கடைசியில் திருமாமணி மண்டபம் சேர்ந்ததுவரையிலான வரலாற்றைப் பக்திச் சுவையொழுகப் பாடுகிறது.

அடுத்துத் தமிழில் உள்ள இராமாநுசர் பற்றிய துதி நூல்களுள் தனிச் சிறப்பு வாய்ந்தது இராமாநுச நூற்றந்தாதியாகும். இதனை இயற்றியவர் திருவரங்கத்தமுதனார். இராமாநுசர் காலத்தில் வாழ்ந்து அவரின் பெருமையை உணர்ந்து, உலகுக்கு உணர்த்தியவர் இவர். ஆழ்வார்களின் ஈரச் சொற்களின் சாரமெல்லாம் ஏற்றிப் பாடிய இவரது அமுதத் தமிழ் நூல், இராமாநுசரின் வாழ்க்கை நிகழ்ச்சிகளை நெஞ்சில் நிறுத்தி, அவரின் சாதனைகளைச் சாறு பிழிந்தாற்போல் வடித்துத் தருகிறது. இத்தகைய சிறப்பு நோக்கியே திவ்வியப் பிரபந்தத்தின் ஒரு பகுதியாகவே இது மதிக்கப்பட்டு வருகிறது.

இவை தவிர திவ்வியப் பிரபந்த வியாக்கியானங்களிலும், வார்த்தாமாலை போன்ற நூல்களிலும் இராமாநுசரைப் பற்றிய வரலாற்றுக் குறிப்புகள் காணப்படுகின்றன. உரைகளில் காணலாகும் ஐதீக நிர்வாகங்களும் இராமாநுசரின் திவ்வியப் பிரபந்த ஈடுபாட்டுக்கும் புலமைக்கும் சான்று பகர்கின்றன.

நாம் இதுவரை குறித்த நூல்கள் யாவும் இராமாநுசர் பெருவாழ்வு வாழ்ந்ததன் அடையாளமாகப் பிறந்தவையே.

வையத்தாரை வாழ்வித்துக் கரையேற்ற வந்தவர் இராமாநுசர் என்பதை இந்நூல்கள் ஒருமுகமாக எடுத்துரைக்கின்றன. உய்யும்

நினைவுடையார்க்கு அவர் திருவடிகளே தஞ்சம் என்பதையும் உறுதி செய்கின்றன.

வரலாறு போற்றும் மகோன்னதமான வாழ்க்கைக்குரியவர் இராமாநுசர்.

ஆதிசேடனின் அவதாரம்

சென்னையை அடுத்துள்ள ஸ்ரீபெரும்பூதூரில் கி.பி. 1017ம் ஆண்டில் பிறந்தவர் இராமாநுசர். பிங்கள ஆண்டு சித்திரைத் திங்கள் வளர்பிறையில், பஞ்சமி வியாழக்கிழமை கூடிய திருவாதிரை நாளில், 'கலியிருள் நீங்கிப் பேரின்ப வெள்ளம் பொங்கும்படி' இவர் பிறந்ததாகக் 'குருபரம்பரை' கூறும்.

திருமாலின் படுக்கையான ஆதிசேடனின் அவதாரம் என்றும், திருமாலின் ஐம்படைகளின் தோற்றம் என்றும், வைணவ நூல்கள் இவரது பிறப்பினைச் சிறப்பித்துப் பேசுகின்றன.

பெற்றோரும் சுற்றமும்

யமுனைத் துறைவர் என்னும் ஆளவந்தாரின் சீடர்களுள் ஒருவர் பெரிய திருமலை நம்பி. அவர் திருமலையே இருப்பாகக் கொண்டு, திருவேங்கடமுடையானின் அடிக்கீழமர்ந்து தொண்டு செய்து வந்தார். அவருக்குப் பூமிப் பிராட்டியார், பெரிய பிராட்டியார் என்று சகோதரிகள் இருவர் இருந்தனர்[1]. மூத்தவரான பூமிப் பிராட்டியாரை ஸ்ரீபெரும்பூதூரில் வாழ்ந்த ஆசூரி கேசவப் பெருமாள்[2] என்பவருக்கு மணம் செய்து கொடுத்தார் பெரிய திருமலை நம்பி. இளையவரான பெரிய பிராட்டியார், மழலை மங்கலத்தைச் சேர்ந்த கமலநயன பட்டருக்கு வாழ்க்கைப்பட்டார்.

இவர்களுள் ஆசூரிகேசவப்பெருமாள் - பூமிப்பிராட்டியார் தம்பதிகளின் 'அருமந்த ஒரு மைந்தராக' அவதரித்தவரே இராமாநுசர். செய்தியறிந்த தாய்மாமனான பெரிய திருமலைநம்பி, ஸ்ரீபெரும்பூதூருக்கு வந்து குழந்தையின் திருமேனியழகும் பொலிவும் கண்டு பூரித்து, இளையபெருமாளாகிய இலக்குவனின் தகுதிகள் யாவும் பொருந்தியிருப்பது கண்டு, 'இலக்குவனின் பெயர் தாங்குவதற்கு ஏற்றவர்' ('லக்ஷ்மணோ லக்ஷ்மி ஸம்பந்நஃ') என்னும் கருத்தில் இளையாழ்வார் என்று பெயர் சூட்டினார்.

கல்வியும் திருமணமும்

அதன் பின்னர் இராமாநுசர் அந்தணர் குலத்துக்குரிய சடங்குகள் யாவும் செய்யப் பெற்றுத் தம் தந்தையாரிடமே மறைகளையும் சாத்திரங்

களையும் கற்கத் தொடங்கினார். பிரமசரிய நெறியில் நின்று, வளர்பிறையென்று பலரும் விளம்பப் பதினாறாம் பிராயத்தை அடைந்தார். அக்கால வழக்கத்திற்கேற்பப் பதினாறாம் வயதில் அவருக்குத் திருமணமும் நடந்தேறியது. மனைவி பெயர் தஞ்சமாம்பாள்[3]. திருமணம் முடிந்த சின்னாட்களுக்குள் தந்தையார் ஆசூரிகேசவர் காலமானார். அதன்பின்னர் இளையாழ்வார் தாயையும் மனைவியையும் அழைத்துக்கொண்டு, கல்விக்கும் கலைகளுக்கும் புகழ்பெற்ற பெருமாள் கோயில் எனப்படும் காஞ்சிபுரத்திற்குக் குடிபெயர்ந்தார்.

வேதாந்தப் பயிற்சி

காஞ்சியை அடுத்த திருப்புட்குழி என்னும் ஊரில், யாதவப்பிரகாசர் என்னும் அத்துவைதப் பண்டிதரிடம் வேதாந்தம் கற்கச் சென்றார். சிற்றன்னை மகனான கோவிந்தரும் இவரோடு அவ்வேதாந்தப் பயிற்சியில் சேர்ந்துகொண்டார். இளையாழ்வாருக்கு, எட்டு வயது இளையவர் இவர். இருவரும் காஞ்சியிலிருந்து நாள்தோறும் திருப்புட்குழிக்குச் சென்று வந்தனர்.

குருவை மிஞ்சிய சீடர்

யாதவப்பிரகாசரிடத்தே இளையாழ்வாரின் வேதாந்தப் பயிற்சி நீடிக்கவில்லை. மறைக் கூற்றுக்கள் சிலவற்றுக்கு யாதவர் கூறிய விபரீதப் பொருள்களைக் கேட்டு, அவரால் வாய் மூடிக்கொண்டு வாளா இருக்க முடியவில்லை. 'அவற்றின் உண்மைப் பொருள் இது' என்று குருவுக்கே எடுத்துரைத்தார் சீடர்.

சாந்தோக்கிய உபநிடதத்தில் இடம் பெறும் 'தஸ்ய யதா கப்யாஸம்' எனத் தொடரும் சுருதிக்கு 'இறைவனின் தாமரைக் கண்கள் குரங்கின் பின்புறம்போல் சிவந்திருந்தன' என்று அவப்பொருள் கூறினார் யாதவர். இதைக் கேட்டதும் அவருக்கு எண்ணெய் தேய்த்துக் கொண்டிருந்த இளையாழ்வாரின் கண்களில் நீர் பெருகியது. துயரத்தால் வெப்பம் மிகுந்து சிந்திய அக்கண்ணீர் குருவின் தொடையைச் சுட்டது. பதறிப்போன யாதவர் கண்ணீருக்குக் காரணம் கேட்க, குருவின் விளக்கம் தவறானது என்றார் சீடர். ஏற்றவகையில் பதங்களைப் பிரித்து, 'சூரிய மண்டலத்தினுள்ளே உறையும் இறைவனுடைய கண்கள், அக்கதிரவனால் மலர்ச்சி பெறும் கமலப் பூக்களைப் போல் இருந்தன' என்று பொருத்தமாகப் பொருளுரைத்தார் இளையாழ்வார்.

இவ்வாறே தைத்திரிய உபநிடத வாக்கியங்களுக்கு அத்வைத அடிச்சுவட்டில் யாதவர் கூறிய விளக்கங்களையும் அவர்

ஏற்கவில்லை; தம் அறிவார்ந்த விளக்கங்களால் மெய்ப் பொருளை நிலைநாட்டினார்.

குருவின் கொலை முயற்சி

சீடரின் புத்திக் கூர்மை கண்டு குருவின் மனத்தில் மகிழ்ச்சி பொங்க வில்லை; மாறாகச் சினமே பொங்கியது. 'இவனால் அத்வைதத்துக்கு ஆபத்து ஏற்படுமோ?' என்று அஞ்சினார். அந்தரங்க சீடர்களோடு ஆலோசித்தார். 'காசி யாத்திரை' என்ற பெயரில் 'இவரைக் கங்கையில் தள்ளிக் கொன்று விட வேண்டும்' என்ற சதித் திட்டம் உருவாயிற்று.

தமையனின் எச்சரிக்கை

வஞ்சனையறியாத இளையாழ்வார் தாயின் அனுமதி பெற்றுக் காசி யாத்திரைக்குப் புறப்பட்டார். அவரோடு சிற்றன்னை மகனான கோவிந்தரும் உடன் சென்றார். விந்திய மலைச்சாரலை அணுகிய நிலையில் குருவின் அந்தரங்க நோக்கம் கோவிந்தருக்குத் தெரிந்து விட்டது. இந்தச் சதியிலிருந்து தம் தமையனைக் காக்க உறுதி பூண்டார். காலமும் வாய்ப்பும் கருதிக் காத்திருந்தார். ஒருநாள் விடிகாலைப் பொழுதில், இளையாழ்வார் நீர்நிலை நோக்கிச் சென்ற போது, பிறர் அறியாதபடி அவரைப் பின்தொடர்ந்த கோவிந்தர், யாதவரின் கொலை நோக்கத்தை எடுத்துரைத்து, தப்பிப் போய் விடுமாறு அறிவுறுத்தினார்.

காத்தது இறையருள்

இளையாழ்வாரும் உடனே அவ்விடத்தைவிட்டு அகன்று குறுக்கே பாய்ந்து நெடுந்தூரம் போய்த் திக்குத் தெரியாத அக்காட்டில் வழி தெரியாமல் பக்கம் நோக்கி ஒரு மரத்தடியில் நின்றார். மதியெலாம் உள்கலங்கி, 'ஆவாரார் துணை?' என்று அவர் அலமந்து நின்றபோது, வேடன் ஒருவனும் வேடுவச்சியும் தோன்றி, அவரின் கலக்கம் தீர்த்துக் கூடவே வந்து வழி காட்டக் காஞ்சி மாநகரை அடைந்தார்.

இப்படி, கொலைக்கும் அஞ்சாமல் குருநாதர் வலை விரிக்க, கொலைத் தொழில் வேடன் ஒருவன் உயிர் காத்த அதிசயம் இளையாழ்வாரின் வாழ்வில் நடந்தது. இவ்வதிசயத்தைக் கருதியே, வேடர் வடிவிலே வந்து 'உருக்காட்டாதே ஒளித்துச் சென்றவர்கள்' காஞ்சிப் பேரருளாளனும் பெருந்தேவித் தாயாருமே என்று வைணவ நூல்கள் உற்சாகத்துடன் இதனை விவரிக்கின்றன.

யாதவரின் கருத்தைப் பிழைப்பித்துக் காஞ்சிக்குத் திரும்பிய இளையாழ்வார், தாயின் அறிவுரைப்படி தாம் பெரிதும் மதித்துப்

போற்றிய திருக்கச்சி நம்பியைச் சந்தித்தார். அவரின் அறிவுரைக் கேற்ப சாலைக் கிணற்றிலிருந்து காஞ்சிப் பேரருளாளனுக்குத் திருமஞ்சன நீர் கொண்டு வரும் பணியில் ஈடுபட்டார்.

ஒட்டாத உறவு

மூன்று மாதங்கள் கடந்தன. காசி யாத்திரை முடித்துக் கச்சிக்குத் திரும்பினார் யாதவப் பிரகாசர். 'காட்டில் கொடிய மிருகங்கள் இளையாழ்வாரைக் கொன்றிருக்கக் கூடும்' என்ற நினைப்பில் இருந்தார் அவர். ஆனால், சீடன் உயிரோடிருப்பது அவருக்கு அதிர்ச்சியளித்தது. சீடர்களோடு சேர்ந்து ஆடிய குருட்டாட்டம் வெற்றி பெறவில்லை என்பதில் அந்தக் குருவுக்கு வருத்தம்தான். எனினும், அதை வெளிக்காட்டிக் கொள்ளாமல் 'இளையாழ்வார் விரும்பினால் மீண்டும் தம்மிடம் கல்வி பயில வரலாம்' என்று செய்தி சொல்லியனுப்பினார். அவரும் இசைந்து வந்தார். கல்விப் பயிற்சி தொடர்ந்தது; முன்போலவே யாதவரை மறுத்து, மறைக் கூற்றுகளுக்கு நற்பொருளுரைக்கும் சீர்மையும் தொடர்ந்தது.

'ஆம் முதல்வன் இவன்'

இந்நிலையில் திருவரங்கத்திலிருந்து தம்முடைய முதலிகளோடு[4] புறப்பட்டுக் காஞ்சிபுரத்திற்கு வரதராசப் பெருமாளைத் தரிசிப்பதற்காக வந்திருந்தார் ஆளவந்தார். இளையாழ்வாரைப் பற்றி முன்பே அறிந்தவர் என்பதால், 'தமக்குப் பிறகு வைஷ்ணவத்தைக் கட்டிக் காத்து வளர்க்கக் கூடியவர் இவரே' என்று எண்ணியிருந்தார். 'கலியும் கெடும் கண்டு கொண்மின்' என்னும் பாசுரத்தின்படி தம் பாட்டனாராகிய நாதமுனிகளுக்கு 'வருங்கால ஆசார்யர்' என்று நம்மாழ்வார் காட்டியருளியது இவரது அவதாரத்தையே என்று உறுதியுடன் நம்பினார். 'இவராலேயே உலகம் தீங்கின்றி வாழப் போகிறது' என்பதும் அவரின் எதிர்பார்ப்பாக இருந்தது. ஆதலின், காஞ்சி வரதராசப் பெருமாள் கோயிலில் யாதவப் பிரகாசருடன் வந்த சீடர் கூட்டத்தை நோக்கி, இத்திரளில் 'இளையாழ்வார் யார்?' என்று திருக்கச்சி நம்பியிடம் ஆளவந்தார் கேட்க, அவரும், 'அதோ சிவந்து - உயர்ந்து - வலியராய், தாள்தோய் தடக்கையுடன் எடுப்பான தோற்றத் தோடு நடுவே வருகின்றவர்' என்று அடையாளம் காட்டினார். அவரைத் தம் நயனங்களாலே குளிர நோக்கிய ஆளவந்தார், ஆழ்வாரின் அமுத வாக்கால் 'ஆம் முதல்வன் இவன்' (அடியார் களுக்குத் தலைவனாகக் கடவன்) என்று தொலைவிலிருந்தே வாழ்த்தியருளினார். 'இவரை நம் தரிசனத்திற்குக் கொண்டுவந்து சேர்க்க வேண்டும்' என்று காஞ்சிப் பேரருளாளனை வேண்டிக் கொண்டு, தம் முதலிகளோடே திருவரங்கம் திரும்பினார் அவர்.

பீழை தராத பிரிவு

இளையாழ்வார் யாதவரிடம் தொடர்ந்து கற்றபோதும் முன்போலவே பொருள் உரைப்பதில் இருவருக்கும் இடையில் வேற்றுமை முற்றியது. 'இனிமேல் நீர் எம்மிடம் வாசிக்க வர வேண்டாம்; உம்முடைய தகுதிக்கேற்ப வேறு இடம் தேடிக் கொள்ளலாம்' என்றார் யாதவர். அன்றோடு பயிற்சி நின்றது. யாதவரைப் பிரிந்ததில் இளையாழ்வாருக்கு மன வருத்தம் சிறிதும் இல்லை. மிகுந்த உகப்போடு முன்னர்த் திருக்கச்சிநம்பி தமக்கிட்ட தெய்வப் பணியினைத் தொடர்ந்தார். சாலைக் கிணற்றிலிருந்து நாள்தோறும் பேரருளாளனுக்குத் திருமஞ்சன நீர் கொண்டு வரும் கைங்கர்யத்தில் ஈடுபட்டார் இளையாழ்வார்.

தென்னரங்கம் நோக்கி

இதற்கிடையில் நோயுற்றிருந்த ஆளவந்தார், தம் சீடரான பெரிய நம்பியைக் காஞ்சிக்கு அனுப்பி, இளையாழ்வாரைத் தம்மிடத்தே அழைத்து வருமாறு பணித்தார். காஞ்சிக்கு விரைந்த பெரிய நம்பி, திருக்கச்சி நம்பியிடம் செய்தி தெரிவித்து, மறுநாள் காலையில் நீராடி முடித்ததும், இளையாழ்வார் திருமஞ்சன நீர் கொண்டு வரும் வழியில் அமர்ந்து, ஆளவந்தாரின் 'தோத்திர ரத்தின'த்தை அவர் செவியில் படுமாறு இசைத்துக்கொண்டிருந்தார். அதன் பொருளிலும் இசையிலும் மயங்கிய இளையாழ்வார், 'இதனை அருளிச் செய்த பெரியார் யார்?' என்று வினவ, 'ஆளவந்தார் அருளியது' என்றார் பெரிய நம்பி. 'அவரைக் காண வேண்டும்' என்னும் பேரவாவினை இளையாழ்வார் வெளியிடவும், இதனை எதிர்நோக்கிக் காத்திருந்த பெரிய நம்பியும், 'நீர் நம்மோடே சேர வாரீர்' என்று அவரை உடன் அழைத்துக் கொண்டு, அப்போதே கோயில் (திருவரங்கம்) நோக்கிப் புறப்பட்டார். ஆனால், ஆளவந்தார் - இளையாழ்வார் கூட்டுறவு நிகழா வண்ணம் விதியின் முடிவு வேறாக அமைந்தது.

ஆளவந்தார் மறைந்தார்

அவ்விருவரும் திருவரங்கத்தின் - வடதிருக்காவேரியை வந்தடைந்தனர். அப்போது விடாய்த்து வந்தவனுக்குத் தடாகம் வற்றிக் கிடந்தாற் போன்ற வருத்தம் உண்டாயிற்று இருவருக்கும். எங்கு நோக்கினும் வெள்ளம்போல அடியார் கூட்டம்! எதிரேற வந்தவர்களை விசாரித்த போது, 'ஆளவந்தார் திருநாட்டுக்கு எழுந்தருளினார்[5]' என்றும், 'அவரைத் திருப்பள்ளிபடுத்தவே[6] திருக்கரம்பன் துறையில் பெருந்திரளாக மக்கள் கூடியுள்ளனர்' என்றும் செய்தி தெரிந்தது. இதனைக் கேட்ட இளையாழ்வார், தளர்ந்து தரையில் விழுந்து ஏங்கி மோகித்து, 'இனி எங்கே காண்பேன்' என்று பலவாறு புலம்பிக் கண்

பனிசோர நின்றார். பெரிய நம்பி அந்தக் கோலத்தை கண்ணுற்றுத் தாளாதவராய், 'வாளேறு காணத் தேளேறு மாயும்' என்றது போலே, தம்முடைய துயரத்தை மறந்து இளையாழ்வாருக்கு ஆறுதல் கூறத் தொடங்கினார்.

மூன்று சபதங்கள்

அவர் தேற்றத் தெளிந்த பின்னர், ஆளவந்தாரின் திருவுடம்பைக் கண்டு அடி முதல் முடி காறும் சேவித்து, அவருடைய வலது திருக்கையில் மூன்று திருவிரல்கள் மடங்கியிருப்பதைக் கண்டார். அதற்குக் காரணம் வினவ, விவரமறிந்த திருவரங்கத்துப் பெரியோர்களில் சிலர் ஆளவந்தாரின் மனக் குறைகளாக மூன்றைக் குறிப்பிட்டனர்.

1. வியாச, பராசர முனிவர்களிடத்தில் நன்றியுணர்வு.
2. நம்மாழ்வாரிடத்திலே அளப்பரும் பற்று.
3. பிரம்ம சூத்திரங்களுக்கு ஆழ்வார்களின் கொள்கைகளுக்கு இசைய விரிவுரை செய்யும் விருப்பம்.

என்பன அவை.

அங்கிருந்த பெரிய நம்பியும், 'இம்மூன்றும் அவர் திருவுள்ளத்தில் ஓடிக் கொண்டிருந்த ஆசைகள்' என்பதை ஆமோதித்தார். அதைக் கேட்ட இளையாழ்வாரிடம் ஓர் உறுதி பிறந்தது. பலரும் அறியப் பின்வருமாறு அவர் பேசி முடித்தார்.

'இவ்வுடலும் வலியதாய், இவருடைய (ஆளவந்தார்) அருளும் அடியேனிடத்தில் பரிபூரணமாய், அந்தச் சர்வேச்வரனும் அடியேன் நினைத்தபடி தலைக்கட்டுவானாகில்[7] இக்குறைகள் மூன்றையும் தீர்க்கக் கடவேன்' என்று சூளுரைத்தார். உடனே அம்மூன்று திருவிரல்களும் நிமிர்ந்தன. இதனைக் கண்டார் அனைவரும் 'இவற்றைச் செய்து முடிக்க வல்லவர் இவரே' என்றும், 'ஆளவந்தாருக்குப் பின்னர் இத்தரிசனத்தை (வைணவ நெறியை) வழி நடத்தும் தகுதியுடையவர் இவரே' என்றும் வாழ்த்தியருளினர்.

காஞ்சிக்குத் திரும்பினார்

அதன் பின்னர்ப் பெரிய நம்பியை வணங்கி விடைபெற்றுக்கொண்டு, ஆளவந்தாரை உயிருடன் காண முடியாமைக்கு வருந்தி, திருவரங்கத்துப் பெருமாளையும் திருவடி தொழாதே அவரை வெறுத்து, காஞ்சிபுரத்திற்கு மீண்டு சென்றார். அங்குப் பேரருளாளனுக்குச் சாலைக் கிணற்று நீர் கொண்டுவரும் தொண்டிலும் அருளாளனின் அன்புக்கிசைந்த தொண்டரான திருக்கச்சி நம்பிகளுடன் உரையாடி மகிழ்வதிலும்

காலம் கழித்தார். அவரைத் தம் ஆசார்யனாக்கிக் கொள்ள இளையாழ்வாரின் மனம் விரும்பியது. அந்தணரல்லாத திருக்கச்சிநம்பி அதற்கு இசைய வில்லை. 'வைதிக வரம்புக்குப் பொருந்தாது' என்று மறுத்து விட்டார்.

நிறைவேறாத விருப்பம்

அதன் பின்னர், திருக்கச்சிநம்பி உண்டு முடித்த மிச்சிலை, ('போனகம் செய்த சேடம்') உண்ணும் எண்ணத்துடன், தம் குடிசைக்கு வந்து ஒரு வேளை உணவருந்துமாறு அவரை வேண்டி நின்றார். இசைந்த நம்பி, இளையாழ்வார் அழைக்க வருகையில், வேறு வழியாக அவரின் திருமாளிகைக்குச் சென்று, கோயிலில் தாம் செய்யும் திருவாலவட்டப் பணிக்குக்[8] கடுகச் செல்ல வேண்டும் என்று காரணம் காட்டி, இளையாழ்வாரின் தேவியாரிடம் உடனே உணவளிக்குமாறு வேண்டி, அவர் வருவதற்குள் சாப்பிட்டு முடித்துச் சென்றார். அவர் சென்றதும், அவர் அமுது செய்த இலைத் தளிகையைக் கோலாலே தள்ளி, அவ்விடத்தைக் கோமயத்தால் சுத்தி செய்து, தானும் நீராடி நின்றார் தஞ்சமாம்பாள். வீடு வந்த இளையாழ்வாருக்குத் தம் விருப்பம் நிறைவேறாமை வருத்தத்தைத் தந்தது. அடியார்களிடத்தில் சாதி வேற்றுமை பாராட்டும் தம் மனைவியின் செயலால் அவர் மனம் குன்றியது. 'இனிச் செய்யத் தக்கது யாது?' என்று சிந்தித்தார். திருக்கச்சிநம்பியின் மடம் நோக்கி விரைந்தார். அவர் திருவடிகளில் வணங்கியெழுந்து, 'தேவரீர் திருவுள்ளத்தாலே அடியேனை[9] ஒதுக்கியருளினீர்; ஆகிலும் அருளாளனைக் கேட்டாவது அடியேனுள்ளிருக்கும் சில நினைவுகளை நிறைவேற்றித் தர வேண்டும்' என்று பிரார்த்தித்தார்.

ஆறு வார்த்தைகள்

அவர் விரும்பிய வண்ணம் பேரருளாளனிடம் 'ஆறு வார்த்தைகள்' பெற்று, அவற்றை இளையாழ்வாரிடம் தெரிவித்தார் திருக்கச்சிநம்பி.

1. திருமாலே பரம்பொருள்.
2. உயிருக்கும் இறைக்கும் (ஜீவாத்மாவுக்கும் பரமாத்மாவுக்கும்) வேற்றுமை உண்டு.
3. சரணாகதியே வழி.
4. உயிர் பிரியும்போது இறை நினைவு அவசியமன்று.
5. உடம்பின் முடிவில் வீடு.
6. பெரிய நம்பியை ஆசார்யனாக அடைக.

என்பன அவ்வார்த்தைகள்.

இளையாழ்வார், இராமாநுசர் ஆனார்

இவற்றுள் ஆறாம் வார்த்தை உடனடியாக நிறைவேறி, அவர் வாழ்வில் திருப்பத்தை ஏற்படுத்தியது. அதனால் இதுகாறும் இளையாழ்வாராக இருந்தவர், சமய வாழ்வில் இராமாநுசராக மாறும் காலம் நெருங்கியது.

ஆம்! திருவரங்கம் பெரிய கோயிலில் உள்ள ஆளவந்தாரின் சீடர்களான பெரியோர்கள் இளையாழ்வாரைத் திருவரங்கத்திற்கு வரவழைத்துத் தங்களின் சமயத் தலைவராக்கிக் கொள்ள விரும்பினார்கள். அதனைச் செயலாக்கும் வகையில் பெரிய நம்பியைக் காஞ்சிக்குச் செல்லுமாறு வேண்டினார்கள். பெரிய நம்பியும் தம் தேவியாருடன் காஞ்சி நோக்கிப் புறப்பட்டார். இதற்கிடையில் இளையாழ்வாரும் திருக்கச்சிநம்பி மூலமாகப் பேரருளாளன் தமக்குக் கட்டளையிட்டபடி, பெரிய நம்பியை ஆசார்யனாகப் பற்றும் நோக்கத்தில் கோயில் (திருவரங்கம்) நோக்கிப் புறப்பட்டார். இருவரும் மதுராந்தகத்தில் ஏரி காத்த பெருமாள் கோயிலில் சந்தித்தனர். 'எண்ணின பலம் எதிரே வந்த வாய்த்தது' என்று மகிழ்ந்தார் இளையாழ்வார். அப்போதே ஓடிச் சென்று பெரிய நம்பியின் திருவடிகளில் விழுந்து - யாக்கை நிலையாமையைச் சுட்டிக் காட்டித் தமக்கு உடனே 'இதோபதேசம்' செய்தருள வேண்டும் என்று கேட்டுக் கொண்டார். அவரின் ஆர்வத் துடிப்பைக் கண்டு மகிழ்ந்து கையைப் பிடித்து அழைத்துக்கொண்டுபோய், அங்கேயே திருக்கோயில் மகிழ மரத்தடியில் தமக்கு வலப்புறத்திலே அமரச் செய்து, தமது வலத் திருக்கரத்தை அவர் தலையின் மேலும் இடது கையை அவர் இருதயத்துக்கு அருகிலும் வைத்துக் குளிர நோக்கி, தமக்கு ஆசார்யரான ஸ்ரீ ஆளவந்தார் திருவடிகளைத் தியானித்துக் கொண்டு, மந்திர ரத்தினமான துவயத்தை[10] அவரின் வலது திருச்செவியிலே உபதேசித்தருளினார். சங்கு சக்கர முத்திரை பொறித்தல் முதலான 'பஞ்ச சம்ஸ்காரங்க'[11]ளையும் செய்து வைத்தார். அப்போது அவர் உள்ளம் மகிழ்ந்தும் நெகிழ்ந்தும் சொன்ன வார்த்தைகள் வருமாறு:

'பெருமாள் நாட்டுக்காக ஸ்ரீபரதாழ்வான் தலையிலே திருவடி நிலைகளை வைத்துக் காட்டுக்கு எழுந்தருளினாற் போலே, ஆளவந்தாரும் உமக்காகத் தம்முடைய திருவடித் தாமரைகளை என் தலை மேலே வைத்துத் திருநாட்டுக்கு எழுந்தருளினார் என்று அறிவீராக.'

இதனால் தாம் ஒரு கருவியே என்றும் இளையாழ்வாருக்கு நேரடி ஆசார்யர் ஆளவந்தாரே என்றும் உணர்த்தினார் பெரிய நம்பி. இதனையே,

‘எதிகட்கு இறைவன் யமுனைத்துறைவன் இணையடியாம்
கதிபெற்றுடைய இராமாநுசன்’

என்று பாடி மகிழ்ந்தார் திருவரங்கத்தமுதனார்.

பெரிய நம்பி, ‘பஞ்ச சம்ஸ்காரம்’ செய்தபோது இளையாழ்வாருக்குச் சூட்டிய தாஸ்ய நாமம் ‘இராமாநுசன்’ என்பதாகும். பின்னாளில் அவர் பல சிறப்புப் பெயர்களைப் பெற்றபோதும் பெரிய நம்பி அருளிய ‘இராமாநுசன்’ என்னும் இவ்வரும் பெயரே அவரைச் சிறப்பிக்கும் பெரும் பெயராக நிலைபெற்றது.

மூன்று பிழைகள்

மறுநாள் மதுராந்தகத்திலிருந்து தம் ஆசார்யன் பெரிய நம்பியையும் அவர்தம் தேவியாரையும் அழைத்துக்கொண்டு, காஞ்சிக்கு வந்து சேர்ந்தார் இராமாநுசர். தம் வீட்டின் ஒரு பகுதியிலேயே ஆசார்யரின் குடும்பம் வாழ்வதற்கு இடம் ஒதுக்கிக் கொடுத்தார். பெரிய நம்பியும் ஆறு மாத காலம் அங்கே தங்கியிருந்து, ஆழ்வார்களின் அருளிச் செயல்களான திராவிட வேதப் பிரபந்தங்களையும் ஆளவந்தாரின் சமயக் கருத்துக்களையும் அவருக்கு உபதேசித்தார். ஆசார்யனிட மிருந்து செவிக்கினிய செஞ்சொற்களைக் கேட்டு மனமகிழ்ந்திருந்த நாள்களில், இரக்கம் முதலான நற்குணங்கள் அமையாத தம் மனைவியை நினைந்து வருந்தினார் இராமாநுசர்.

ஒருநாள் அவருக்கு எண்ணெய் தேய்ப்பதற்காக வந்த ஏழை ஒருவனுக்கு உணவிடுமாறு அவர் கூறியும், ‘இல்லை’ என்று மறுத்து விட்டார் தஞ்சமாம்பாள். அவரை ஒரு வேலையாக வெளியே அனுப்பி விட்டு, அடுக்களை சென்று பார்த்தபோது பழைய சோறு நிறைய இருப்பதைக் கண்டு மனம் பதைத்தார். ‘இடும்பையால் அடர்ப்புண்டு இடுமினோ’ என்று இரந்தவர்க்கு ‘இல்லையென்று நெடுஞ்சொலால் மறுத்த’ நீசை என்று தம் மனைவியைக் குறித்துக் கனத்த சீற்றம் கொண்டார் இராமாநுசர். முன்னொரு முறை திருக்கச்சிநம்பிகளை அவமதித்து தம்மைக் கலங்கப் பண்ணியதையும் எண்ணிப் பார்த்தார். ஒருவாறு மனத்தைத் தேற்றிக் கொண்டிருந்த நிலையில் மற்றொரு அடாத செயலையும் செய்து முடித்தார் தஞ்சமாம்பாள்.

கிணற்றடியில் பெரிய நம்பி தேவியாரின் குடத்து நீர் தளும்பி, ஒரு துளி தம் குடத்தின் மீது பட்டு விட்டது என்பதற்காக ‘ஆசார்யன் பத்தினி’ என்றும் பாராமல் அவரின் மனம் நோகும்படி நடந்துகொண்டார். செய்தி அறிந்த பெரிய நம்பி, தம் தேவியாரையே கண்டித்து, ‘இனி நாம் இங்கிருப்பது தகாது’ என்று அவரையும் உடனழைத்துக்

கொண்டு, அப்போதே திருவரங்கம் புறப்பட்டார். வீடு திரும்பிய இராமாநுசர், ஆசார்யன் குடும்பத்துடன் வெளியேறியதற்கான காரணத்தைக் கேட்டு, அதிர்ச்சிக்குள்ளானார். தம் மனைவியின் குணக் கேட்டால் நிகழ்ந்தவை ஒவ்வொன்றாக அவர் நினைவுக்கு வந்தன. அவை ஒன்றா இரண்டா? அடுத்தடுத்து மூன்று பிழைகள்; தவற்றுக்கும் தவறான பெருந்தவறுகள்!

1. சாதி காரணமாகத் திருக்கச்சிநம்பியை அவமதித்தது;
2. 'பசி' என்று கேட்ட ஏழைப் பணியாளனுக்கு வீட்டில் நிறைய உணவு இருந்தும் 'இல்லை' என்று மறுத்தது;
3. ஆசார்யன் மனைவியோடு பிணங்கி மனம் நோகச் செய்தது.

இவற்றை நினைக்க நினைக்க 'இனி இவளோடு இசைந்து வாழ்தல் இயலாது; இல்லறமின்றேல் துறவறம்' என்னும் முடிவுக்கு வந்தார்.

இல்லறம் துறந்தார்; துறவறம் புகுந்தார்

தம் மனைவியைப் பிறந்தகம் அனுப்பிவிட்டு நேரே பேரருளாளன் சந்நிதிக்கச் சென்றார். அங்கு நின்று, 'தாயே தந்தையென்றும் தாரமே கிளைமக்களென்றும் நோயே பட்டொழிந்தேன். சம்சார பந்தத்தை அடியேன் இனி வேண்டுவதில்லை; தேவரீரை ஆசார்யனாக அடைந்து துறவு மேற்கொண்டு தேவரீர் திருவடித் தாமரைகளில் சேவையே வேண்டுகின்றேன்' என்று முறையிட்டார். இறைவனின் அனுமதி பெற்றுத் திருக்கோயிலின் பொய்கையான திருவனந்த ஸரஸ்ஸின் கரையிலே காவியாடை தரித்து முக்கோல் பிடித்துத் துறவியானார். இறைவன் அப்போது அர்ச்சகர் மூலமாக, 'இராமாநுஜ முனி' என்றும் 'யதிராசன்' என்றும் திருநாமம் சாத்தினான். அதன்பின் திருக்கச்சிநம்பி முதலான கோயிற் பணியாளர்கள் பேரருளாளன் கட்டளைப்படி அவரை மடத்திற்கு அழைத்துச் சென்றனர்.

சீடர்கள் சேர்ந்தனர்

கி.பி. 1017ல் அவதரித்த இராமாநுசர் கி.பி. 1049ல் துறவியானார். அப்போது அவருக்கு வயது முப்பத்திரண்டு. துறவியான நிலையில் ஆளவந்தாருக்குக் கொடுத்த வாக்குகள் அவர் நினைவுக்கு வந்தன. 'பிரம்ம சூத்திரத்திற்கு உரை (பாஷ்யம்) காண வேண்டுமெனில் அதற்கேற்பக் கல்வியைப் பெருக்கிக்கொள்ளவேண்டும். தத்துவ நூல்களைக் கற்றுத் தெளிந்து கரைகாண வேண்டும். தனக்கு உற்ற துணையாக ஒரு சீடர் கூட்டம் உருவாக வேண்டும்' என்று அவர் நினைத்தார்.

நினைத்தபடி கூரேசன் என்கிற திருமறுமார்பரும், இராமாநுசரின் சகோதரி மகனான[12] தாசரி என்கிற முதலியாண்டானும் அவரை என்றும் பிரியாச் சீடரானார்கள்; நிழலும் அடிதாறும்[13] போல் அமைந்தார்கள். இராமாநுசரால் தண்டும் பவித்திரமும் என்று பாராட்டப் பெற்ற சிறப்பு இவ்விருவருக்கு மட்டுமே உண்டு. பின்னர், சைவம் சார்ந்திருந்த சிற்றன்னை மகனான கோவிந்தரைத் (கோவிந்த பட்டர்) தம் அம்மான் பெரிய திருமலைநம்பி மூலமாகச் சைவத்திலிருந்து வைணவத்திற்குத் திருப்பித் தம் சீடர் குழாத்தோடு சேர்த்துக் கொண்டார்.

குருவும் சீடரானார்

நாளும் சீடர் கூட்டம் பெருகியது. அவரோடு மாறுபட்டிருந்த யாதவப் பிரகாசரும் மனம் திருந்தித் தம் தள்ளாத வயதில் இராமாநுசரின் சீடரானார். இராமாநுசர் அவருக்குக் கோவிந்த ஜீயர் என்று பெயர் சூட்டினார். யாதவர், சீடரான செய்தி வைணவ உலகில் பெரும் பரபரப்பை ஏற்படுத்தியது. இராமாநுசரின் புகழ் இடம் பெயர்ந்து பரவுதற்கு இந்நிகழ்ச்சி ஒரு வாயிலாகவும் அமைந்தது.

பேரருளாளன் விடை கொடுத்தான்

திருவரங்கத்திலிருந்த வைணவப் பெரியோர்கள் - இராமாநுசரின் பெருமைகளையெல்லாம் கேள்விப்பட்டு, அவர் திருவரங்கத்திலேயே தங்கி, வைணவ இயக்கத்தை வழிநடத்த வேண்டும் என்று விரும்பினார்கள். அவரை அழைத்து வருவதற்குத் திருவரங்கப் பெருமாளரையர் என்னும் இசை வல்லுநரைக் காஞ்சிப் பேரருளாளனிடம் அனுப்பி வைத்தார்கள். ஆழ்வார்கள் அருளிய பண்ணார் பாடல் இன்கவிகளை அரையர் தேவ கானத்திலே இசைப்பதைக் கேட்டு மயங்கிய பேரருளாளன், அவர் வேண்டும் வரங்களைத் தருவதற்கு இசைந்தான். அரையரும் 'இவரை அடியேனுக்குத் தந்தருளல் வேண்டும்' என்று இராமாநுசரை வேண்டி நின்றார். 'இனி இரண்டு வார்த்தைக்கு இடமில்லை' என்று கருதி, இன்னாப்புடன் 'தந்தோம்' என்று அருளி, இராமாநுசருக்கு விடை கொடுத்து அனுப்பினான் அருளாளன்.

தென்னரங்கன் 'உடையவர்' எனும் பெயர் கொடுத்தான்

இராமாநுசர் அரையருடன் கோயில் (திருவரங்கம்) நோக்கிப் புறப்பட்டார். தென்னரங்கம் விழாக் கோலம் பூண்டு அவரை வரவேற்றது. வடவாற்றங்கரையளவும் வந்து அவரை எதிர் கொண்டது. இராமாநுசர் அணியரங்கன் திருமுற்றத்தே புகுந்து பெரிய பெருமாளை வணங்கி நிற்க, அவரைப் பெருமாள் தம் தாமரைக்

கண்ணால் நோக்கிச் சோதிவாய் திறந்து, 'இராமாநுசரே! 'பொங்கோதம் சூழ்ந்த புவனியும் விண்ணுலகும்' என்கிற நம்முடைய உபய விபூதி ஐஸ்வர்யத்தையும் உமக்கும் உம்முடையார்க்கும் தந்தோம். ஆகையால் இன்று முதல் நீர் இவற்றுக்கு உடையவர் என்னும் பட்டத்தைப் பெற்று, நம் காரியத்தையெல்லாம் ஆராய்ந்து நடத்துவீர்' என்றான். அப்போது அங்கிருந்த - இராமாநுசரின் ஆசார்யரான பெரிய நம்பி - இவரை மார்போடணைத்துக் கொண்டு பலபடியாகப் புகழ்ந்து, 'உடையவரே' என்று ஒருமுறை அழைக்க, அங்கிருந்த முதலிகள் எல்லாரும் அத்திருநாமத்தைப் பலமுறையும் சொல்லி அடங்காப் பெருமகிழ்ச்சியுடன் ஆனந்தக் கூத்தாடினர்.

இப்படித் தென்னரங்கன் மூலம் 'உடையவர்' என்னும் ஒப்பற்ற சிறப்புப் பெயருக்கும் உரியவரானார் இராமாநுசர்.

கோயில் நிர்வாகம்

திருவரங்கமே இருப்பாகப் பெற்ற உடையவர் முதலில் கோயில் நிர்வாகச் சீர்திருத்தங்களில் கவனம் செலுத்தினார். தம் சீடரான முதலியாண்டானைக் கோயிலின் உள்துறை நிர்வாகத்தைக் கவனிக்கும்படி பணித்தார். சிலவற்றைத் தாமே நேரடியாக ஆராய்ந்தார். கோயில் அனைத்துக் கொத்தில்[14] அவரவர் ஏற்றத் தாழ்வுகளைக் கேட்டறிந்து செய்யத்தக்க மாற்றங்களை நடைமுறைப் படுத்தினார். திருவிழாக்களை நெறிப்படுத்தி நடத்துவது முதல் (உத்சவ கிரமங்கள்) சிதிலமான கோயில் சுவர்களைச் செப்பம் செய்வதுவரை அவரின் பணி பல திறத்ததாய் அமைந்தது. அவரால் மேற்கொள்ளப்பட்ட கோயிற் காரியங்கள் இன்றளவும் 'ஸ்ரீஇராமாநுஜ திவ்யாக்ஞை'ப்படியே நடைபெற்று வருகின்றன.

ஐம்பெரும் ஆசிரியர்கள்

இப்படிக் கோயில் நிர்வாகப் பணிகளிலும் சமய வளர்ச்சிப் பணிகளிலும் ஈடுபட்ட இராமாநுசர், சாந்துணையும் கற்பதைக் குறிக்கோளாகக் கொண்டார். துறவியான பின்னரும் தொடர்ந்து கற்றார்.

பெரிய நம்பி, திருக்கோட்டியூர் நம்பி, திருமாலையாண்டான், திருவரங்கப் பெருமாளரையர், பெரிய திருமலை நம்பி என்னும் ஐவரும் ஆளவந்தாரின் சீடர்கள் ஆவர். ஆளவந்தாரிடம் இந்தச் சீடர்கள் ஐவரும் ஒவ்வொரு துறையில் பெற்ற அறிவுச் செல்வம் முழுவதையும் தாம் ஒருவரே பெறுகின்ற அரிய வாய்ப்பு இராமாநுசருக்குக் கிடைத்தது. பல கால்களாக ஓடி வரும் வெள்ளப்

பெருக்கு, பெரிய நீர்நிலை ஒன்றை நிறைப்பதுபோல இந்த ஐம்பெரும் ஆசிரியர்களின் திருந்திய ஞானம் இவர் ஒருவரிடத்தே வந்து சிறந்து பெருகியது.

அரசன் ஒருவன் தன் மகன் பெரியவனானதும் அவனிடம் ஒப்படைக் குமாறு அருநிதியங்களையெல்லாம் ஐந்து கூறாக்கி அமைச்சர் ஐவரிடம் கொடுத்துச் சென்றது போலத்தான், ஆளவந்தாரும் தம் ஞானச் செல்வத்தைப் பெரிய நம்பி முதலான சீடர்கள் ஐவரிடத்தும் வழங்கிச் சென்றார் எனக் குருபரம்பரை நூல்கள் இதனை உவமித்துப் பேசுகின்றன.

இராமாநுசர், பெரிய நம்பியிடம் ஆழ்வார்களின் அருளிச் செயல் களையும், திருக்கோட்டியூர் நம்பியிடம் ரகஸ்யார்த்தங்களையும், திருமாலையாண்டனிடம் திருவாய்மொழி வியாக்கியானத்தையும், திருவரங்கப் பெருமாளரையரிடம் சரமோபாயத்தையும், பெரிய திருமலை நம்பியிடம் ஸ்ரீராமாயணத்தையும் கற்றுத் தெளிந்தார் என்பர்.[15]

எம்பெருமானார்

பெரிய நம்பியின் அறிவுரைப்படி திருக்கோட்டியூர் நம்பியிடத்தே இவர் பெற்ற மறைபொருளும், அதனை நம்பியின் கட்டளையை மீறி உலகுக்கு உபதேசித்த இவரின் அருள் உள்ளமும் இவரை ‘எம்பெருமானார்’ என உலகுக்கு உயர்த்திக் காட்டின.

ரகஸ்யார்த்தங்களைப் பெறுவதில் இவருக்குள்ள ஊற்றத்தைச் சோதிப்பதற்காகத் திருவரங்கத்திலிருந்து திருக்கோட்டியூருக்குப் பதினெட்டு முறை வருமாறு அலைக்கழித்தார் நம்பி. கடைசியில் தண்ணீர் மட்டுமே அருந்தி ஒரு மாதம் உபவாசம் இருந்து, ‘தண்டும் பவித்திரமுமாய்[16]நீர் மட்டுமே வந்து உபதேசம் பெற்றுச் செல்லலாம்’ என்றார். உபவாச காலம் முடிந்து முதலியாண்டானையும் கூரத்தாழ் வானையும் அழைத்துக்கொண்டு, நம்பி திருமாளிகை நோக்கிச் சென்று அவரை வணங்கி நிற்க, அவரும் ‘உம்மைத் தனியாகவன்றோ வரச் சொன்னோம்?’ என்று கூற, இவரும் ‘தேவரீர் கட்டளைப்படியே தண்டும் பவித்திரமுமாக வந்தேன். இந்த முதலியாண்டானே திரிதண்டம்; ஆழ்வான் பவித்திரம்’ என்று பதிலிறுத்தார். நம்பியும் மனமிரங்கி, ‘இவ்வர்த்தத்தை நீர் யாருக்கும் சொல்லக் கூடாது; சொன்னால் நரகம் புகுவீர்’ என்று எச்சரித்து, நலந்தரு சொல்லான பெரிய திருமந்திரத்தை[17] உபதேசித்தார். பிரணவத்தின் முழுப் பொருளையும் எட்டெழுத்தின் விரிபொருளையும் விளக்கிக் கூறினார். விளக்கம் பெற்றதுதான் தாமதம்; விரைந்து எழுந்தார் இராமாநுசர்.

தம்மை மறந்தார்; தம் ஞானாசிரியரான திருக்கோட்டியூர் நம்பிகள் தமக்கிட்ட கட்டளையையும் துறந்தார். அவ்வூர்க் கோயிலிலே தெற்காழ்வான் (நரசிங்கப் பெருமான்) திருவோலக்கத்தில், 'சேர வாரும் செகத்தீரே' என்று மக்களைக் கூவியழைத்து, நம்பியுரைத்த மறைப் பொருளையெல்லாம் அவர்கள் முன்னே வெளியிட்டார். பலமுறை நடந்து துவண்டு கேட்ட பரமார்த்தத்தை (சீரிய நற்பொருளை) அவர்கள் உய்யும் பொருட்டுப் பெருங்கருணையுடன் உபதேசித்தார்.

நிகழ்ந்ததைக் கேள்விப்பட்ட நம்பி மனம் பதறி இராமாநுசரை வரவழைத்து, மிகுந்த சீற்றத்துடன், 'என் கட்டளையை மீறியதால் நீர் என்ன பெற்றீர்?' என்று வினவ, 'அழிவில்லாத நரகம் பெற்றேன்; இத்திரள்கள் எல்லாம் ஆனவான் பேரின்பத்தை அருந்துமே!' என்று பதிலுரைத்தார் இராமாநுசர். இதனைக் கேட்ட நம்பியின் திருவுள்ளத்தில் எதிர்பாராத மாற்றம் நிகழ்ந்தது. 'இந்தக் கருணையும் பிறர் வாழ வேண்டும் என்று விரும்பும் பெரிய உள்ளமும் நமக்கு இல்லையே' என்று நினைத்து, தம் சீடனை ஆரத் தழுவி, 'அவரோ நீர்? எம்பெருமானாரே!' என்று கொண்டாடினர். 'பாரதப் போரில் இரு சேனைகளின் நடுவே தேர்த் தட்டிலிருந்து மெய்ம்மைப் பெரு வார்த்தையை அருளிச் செய்த ஸ்ரீபார்த்தசாரதியான கீதாசார்யனோ?' என்னும் கருத்தில் இவ்வாறு கூறினார். அன்று முதல் இவருக்கு 'எம்பெருமானார்' என்னும் சிறப்புப் பெயரும் உண்டாயிற்று.

மேலும், 'பரம வைதிக சித்தாந்தம்' என்று பெயர் பெற்ற இந்தத் தரிசனம் இனி 'எம்பெருமானார் தரிசனம்' என்றே அழைக்கப்பட வேண்டும் என்று நம்பி விரும்பினார். இவ்விருப்பத்தை முதலிகள் அனைவரும் அறியத் தெரிவித்தார். இதனைத் திருவரங்கத்து எம்பெருமானும் அங்கீகரித்ததாக மணவாளமாமுனிகள் தம் உபதேச ரத்தின மாலையில் குறிப்பிட்டுப் பேசியுள்ளார்.

திருக்கோட்டியூர் நம்பிகள் பின்னர் இராமாநுசருக்கு சரம சுலோகத்தின்[18] பொருளையும் விளக்கியுரைத்து ஆளவந்தாரின் சீடரான திருமாலையாண்டானிடம் திருவாய்மொழி கேட்குமாறு பணித்தார்.

திருவாய்மொழிப் பயிற்சி

அவ்வாறே ஆண்டானிடம் திருவாய்மொழி கற்று வரும் நாளில் ஆளவந்தார் அருளியதாக அவர் கூறிய அர்த்தங்கள் சிலவற்றைக் கேட்டுச் சில இடங்களில் இராமாநுசர், 'இப்படியும் பொருள் காணலாமே' என்று விளக்கம் கூற, அதனைப் பொறாத ஆண்டான்,

'இது என்ன விசுவாமித்திர சிருஷ்டியாய் இருந்ததே! இப்படி ஆளவந்தார் அருளிச் செய்ய யாம் கேட்டறியோம்' என்று கூறித் திருவாய்மொழிப் பாடத்தை நிறுத்திவிட்டார். இதனையறிந்த திருக்கோட்டியூர் நம்பி, 'அறியாக் காலத்துள்ளே' என்னும் பாசுரத்துக்கு இராமாநுசர் கூறிய பொருளைக் கேட்டு மிகவும் மகிழ்ந்து ஆண்டானைத் தழுவிக்கொண்டு, 'இவ்வர்த்தத்தை ஆளவந்தார் அருளிச் செய்ய நாம் கேட்டிருக்கிறோமே' என்று கூறியதோடு அமையாது, ஆண்டானிடம் இராமாநுசரின் மேதைமையைக் கீழ்க்காணுமாறு எடுத்துக் கூறினார்.

'எம்பெருமானார் உம்மிடம் திருவாய்மொழி வியாக்யானம் கேட்பது, சாந்தீபனிடத்தில் கண்ணபிரான் வேதம் பயின்றது போலத்தான். ஆளவந்தாரின் திருவுள்ளத்தில் இருக்கிற அர்த்தமொழிய வேறொன்றும் இவர் உள்ளத்தில் தோன்றாது. ஆதலின் இவருக்கு நீர் அறியாதன அறிவித்ததாக எண்ண வேண்டாம்' என்றார். அதன் பின்னர் நம்பியின் கட்டளைப்படியே ஆண்டானும் விட்ட இடத்திலிருந்து திருவாய்மொழி யைத் தொடங்கி நடத்த, இராமாநுசரும் முற்றக் கேட்டு மகிழ்ந்திருந்தார்.

அரையரிடம் உறுதிப் பொருள் கேட்டல்

பின்னர்ப் பெரிய நம்பியின் அறிவுரைப்படி திருவரங்கப் பெருமாளரை யரிடத்திலே ஆளவந்தார் விட்டுச் சென்ற பொருள் நுட்பங்களை (அர்த்த விசேஷம்) எல்லாம் அறிய விரும்பினார். அதன் பொருட்டு ஆறு மாத காலம் அவருக்குப் பாலமுது காய்ச்சிச் சமர்ப்பித்தும், திருவத்யயன காலங்களில் அரையர் திருமேனிக்குப் பாங்காக மஞ்சள் காப்பு அரைத்துக் கொடுத்தும் தொண்டு புரிந்தார். அத்தொண்டுகளால் மனமகிழ்ந்த அரையரும், 'பஞ்சமோபாய நிஷ்டை'[19] என்று சொல்லப் படுகின்ற ஆசிரியப் பற்றே (ஆசார்ய அபிமானம்) முடிந்த நிலையில் பெறத்தக்க பேறாம் என்று அதன் சிறப்பினையெல்லாம் (சரம பதார்த்த விசேஷம்) அவர்க்கு எடுத்துரைத்தார். ஆசார்யனே தொழத்தக்க தெய்வமென்றும், அடையப்படுகின்ற கதியென்றும், தேடத்தக்க நிதியென்றும், கற்கத்தக்க வித்தையென்றும், காமிக்கத்தக்க பொருள் என்றும் விளக்கிக் கூறினார். முடிவாக, **'உறங்கும் பெருமாள் தானே உலாவும் பெருமாளாய் வந்தார்'** என்று கருதி அவனையே வழியும் பயனுமாகக் (உபாய உபேயம்) கொள்வீர் என்று இறுதியாக அடையத்தக்க உறுதிப் பொருளை (சரமபுருஷார்த்தம்) எடுத்துக் காட்டினார். இப்படித் தாம் பெற்ற ஞானச் செல்வத்தையெல்லாம் இராமாநுசருக்கு அள்ளி வழங்கிய அரையர், அவருக்கு 'லக்ஷ்மண முனி' என்று திருநாமம் சாத்தியருளியதாகவும் கூறுவர் பிள்ளை லோகஞ்சீயர்.

ஸ்ரீராமாயணம் கேட்டல்

பெரிய நம்பி முதலாக நான்கு ஆசிரியர்களின் அடிக்கீழ் அமர்ந்து கற்றுத் தேர்ந்த இராமாநுசர், திருமலை யாத்திரையின்போது அங்கு ஓராண்டு தங்கியிருந்து தம் தாய்மாமனும் ஆளவந்தாரின் சீடர்களுள் ஒருவருமான பெரியதிருமலைநம்பியிடம் ஸ்ரீராமாயணம் கேட்டதாகக் கூறுகிறது குருபரம்பரை.

ஞான வெற்றி

இப்படி ஐம்பெரும் ஆசிரியர்களை நாடிக் கல்விச் செல்வத்தைப் பெருக்கிக்கொண்ட இராமாநுசர், தம்மை நாடி வந்த சீடர்களுக்குத் தாமே ஆசிரியராக இருந்து கற்பிக்கத் தொடங்கினார். சமய, தத்துவ நூல்களையும் இயற்றலானார். பிற மதத்தவர்களோடு வாதிட்டு விசிட்டாத்வைதம் என்னும் வைணவ நெறியை நிலைநாட்டினார். வடநாட்டிலிருந்து வந்த யக்ஞமூர்த்தி என்ற அத்வைத அறிஞரோடு பதினெட்டு நாள்கள் வாதம் புரிந்து அவரை வெற்றி கொண்டார். அவரைத் தம் சீடராக்கிக் கொண்டு, 'அருளாளப் பெருமாள் எம்பெருமானார்' என்று பெயர் சூட்டினார். 'உடையவர் திருவடிகளே தஞ்சம்' என்றிருந்த அந்தத் தத்துவ வீரரும், 'ஞானசாரம்', 'பிரமேயசாரம்' என்னும் அரிய தமிழ் நூல்களை வைணவத்துக்குத் தம் கொடையாக வழங்கிச் சென்றார்.

அன்பின் வெற்றி

இராமாநுசர் வைணவத்தின் தலைமைப் பீடத்தை ஏற்றுத் திருவரங்கத்தில் வாழ்ந்த நாட்களில் சமூகத்தின் பல தரப்பிலிருந்தும் அவரை நாடிச் சீடர் கூட்டம் குவிந்தது. கூரத்தாழ்வான், முதலியாண்டான் முதலான அறிவார்ந்த அந்தணச் சீடர்களோடு உறங்காவில்லி, பொன்னாச்சி என்ற தாழ்த்தப்பட்ட சமூகத்தைச் சார்ந்த சீடர்களையும் அவர் விரும்பிப் பெற்றார். விசாலப் பார்வையால் சாதி வேற்றுமையை விலக்கி அனைவரிடத்தும் அன்பு காட்டினார். **'அன்பிலன்றி ஆழியானை யாவர்காண வல்லரே'** என்னும் திருமழிசையாழ்வாரின் வாக்கு அவரால் ஒளி பெற்றது; நடைமுறை வாழ்வில் உயிரும் பெற்றது.

உறங்காவில்லியை அவர் சீடனாக்கிக் கொண்டது சுவையான கதை.

தன் மனைவியின் மையேந்திய கண்ணழகில் மயங்கிக் கிடந்த உறங்காவில்லியைத் தென்னரங்கனின் செவ்வரியோடிய கண்ணழகைக் காட்டி வைணவத்திற்குத் திருப்பினார் இராமாநுசர்.

அவரின் மனோதத்துவ அறிவு தீவிரமான மனிதக் காதலைக் கடவுட் காதலாக மாற்றிக் காட்டியது. 'அதிசுந்தர கோமளாங்கி' ஒருத்தியின் அன்புக் காதலன், தென்னரங்கனின் சீரருளுக்கு இலக்கான கதை இது.

திருவெள்ளறை என்னும் ஊரில் வாழ்ந்தவர் உறங்காவில்லி. உறையூரை ஆண்ட அகளங்கன் என்ற சோழர் குடியைச் சார்ந்த குறுநிலத் தலைவனிடம் பணிபுரிந்தவர். 'இனி அறிய வேண்டுவன எல்லாம் இராமாநுசர் சந்நிதியிலே அன்றி வேறு எங்கும் இல்லை' என்று உணர்ந்தபோதே தம் மனைவியோடும் அவரைச் சரணம் புகுந்து, தங்களைத் திருத்திப் பணி கொள்ளுமாறு வேண்டி நின்றார். உடையவரும் உறங்காவில்லிக்குப் 'பிள்ளையுறங்கா வில்லிதாசர்' என்றும், அவரின் மனைவிக்குப் 'பொன்னாச்சியார்' என்றும் தாசிய நாமங்கள் இட்டு அவ்விருவரையும் அடியார்களாக ஏற்றுக் கொண்டார். உறங்காவில்லியின் மருமக்களான வண்டவில்லியும் செண்டவில்லியும் கூட இராமாநுச மடத்தின் சீடர்களானார்கள். அவர்களுக்கு 'வண்டலங்காரதாசர்' என்றும், 'செண்டலங்காரதாசர்' என்றும் பெயர் சூட்டி அன்பு காட்டினார் இராமாநுசர். இவ்வனைத்துக்கும் மேலாக இவ்வில்லிகள் மூவர்க்கும் தலைவனான அகளங்கனும் இராமாநுசரின் அடியாராகி, 'அகளங்க நாட்டாழ்வான்' என்னும் திருநாமம் பெற்றான். அவன் அரசனாகையாலே அவனைக் கோயில் காரியங்களை மேற்பார்வையிடும் பணியில் அமர்த்தினார் இராமாநுசர்.

எதிர்ப்புகளுக்கு இடையே

உடையவரின் செல்வாக்கு இப்படி வளர்ந்தபோதும், அவரை மறைமுகமாக எதிர்க்கும் கூட்டமும் வளரத் தொடங்கியது. சாதி வேற்றுமை பாராத உடையவரின் சமத்துவ உணர்வு வைதிகர் சிலருக்குப் பிடிக்கவில்லை. அவரை வஞ்சகமாகக் கொல்லத் திட்டம் தீட்டினர். அர்ச்சகர் ஒருவரின் மனைவி மூலமாக உடையவர் பிச்சைக்குச் செல்லும்போது நஞ்சு கலந்த உணவை இடுவதற்கு ஏற்பாடு செய்தனர். அப்பெண்மணி அவ்வாறே செய்தபோதும், சடக்கென அவரின் காலில் விழுந்து கண்ணீர் சிந்தி, தான் இட்ட உணவை விலக்குமாறு குறிப்பால் உணர்த்திச் சென்றாள். உடையவரும் அவ்வுணவைக் காவிரியில் கொட்டிவிட்டு, பல நாள் உணவு கொள்ளாமல் பட்டினி கிடந்தார். செய்தி கேட்டுப் பதறி வந்த திருக்கோட்டியூர் நம்பி, அவரிடம் பரிவு மிக்க கிடாம்பி ஆச்சான் என்பவரை அவருக்கு உணவு சமைத்து வழங்குவதற்கு (தளிகைக்கு) ஏற்பாடு செய்தார்.

பிரம்ம சூத்திர விரிவுரை

இராமாநுசர் பிரம்ம சூத்திரத்திற்கு விரிவுரை செய்வது பற்றிச் சிந்திக்கத் தொடங்கினார். போதாயன விருத்தி என்னும் நூலைப் பெறுவதற்காகக் கூரேசருடன் காஷ்மீர் யாத்திரை மேற்கொண்டார். அந்நூலில் கூறப்பட்ட மதத்தை அடியொற்றி ஆழ்வார்கள், நாதமுனிகள், ஆளவந்தார் முதலிய முன்னோர்களின விசிட்டாத் வைதக் கொள்கைகளை நன்கு விளக்கினார். அதனோடு மாறுபட்ட புத்தர், சமணர் முதலான சமயவாதிகளையும் அத்வைதிகளையும் வாதப் போரில் வென்றார். அவர்களை வைணவர்களாக்கி விசிட்டாத் வைதத்தை நிலைபெறச் செய்தார். அவர் பிரம்ம சூத்திரத்திற்குச் செய்த விரிவுரையைப் புகழ்ந்து 'ஸ்ரீபாஷ்யகாரர்' என்று சரஸ்வதி தேவியே அவருக்குப் பட்டம் தந்ததாகக் குரு பரம்பரை கூறுகிறது. ஸ்ரீ பாஷ்யம் எழுதியதற்குப் பிறகு இந்திய நாடு முழுவதும் அவர் மேற்கொண்ட திருப்பயணத்தை அந்தத் தத்துவச் சக்கரவர்த்தியின் திக்(கு) விசயமாக நூல்கள் சித்திரிக்கின்றன.[20]

எங்கும் பரவியது வைணவம்

அவர் பாரத நாட்டின் பல பகுதிகளுக்கும் சென்று வைணவத் திருப்பதிகளை வணங்கியும், மடங்களை நிறுவியும், மதத்தைப் பரப்பியதாக வரலாறு கூறுகிறது. திருவனந்தபுரம், திருவேங்கடமலை, திருவதரி, வாரணாசி (காசி), ஸ்ரீபுருஷோத்தமம், ஸ்ரீகூர்மம், சிம்மாசலம் போன்ற தலங்களுக்கும் அவர் சென்று வந்தார். மதக் கொள்கைகளைப் பரப்புவதற்காக எழுபத்து நான்கு சிம்மாசனாதிபதிகளை அவர் நியமித்தார். இதனால் பெரிய ஏரி ஒன்று தான் இருந்த இடத்தில் இருக்க, அதனுள் பெருகிய நீர் பல திசைகளிலும் சென்று பாய்வது போல வைணவம் பரவியது. இதனை முன்னோர்கள் பின்வருமாறு உருவகப்படுத்தி மொழிவர்.

'திருமகள் கேள்வனாகிற பெருங்கடலில் சடகோபராகிய நம்மாழ்வார் என்னும் மேகம் படிந்து கருணை நீரைப் பருகி நாதமுனிகளாகிற மேரு மலையிலே பொழிந்தது. அந்நீர் உய்யக் கொண்டார், மணக்கால் நம்பி என்னும் அருவிகள் மூலம் ஆளவந்தார் என்னும் பேராற்றை அடைந்தது. பின் அங்கிருந்து பெரிய நம்பிகள் முதலான ஐந்து ஆசார்யர்களாகிற கால்வாய்கள் மூலம் எம்பெருமானார் என்னும் பெரிய ஏரியை அடைந்தது. எழுபத்து நாலு ஆசார்யர்களாகிற மதகுகளாலே உயிர்களாகிய பயிர்களின் பொருட்டுப் பாய்கிறது.'

சோழனால் விளைந்த துன்பம்

வைணவத்தின் இத்தகைய பெருவளர்ச்சி சைவனான சோழன் ஒருவனுக்குப் பிடிக்கவில்லை. அவனைக் கிருமிகண்ட சோழன்

என்று வைணவ நூல்கள் குறிப்பிடுகின்றன.[21] சிலர் கூறிய யோசனைப் படி, இராமானுசரை அவைக்கு அழைத்து, 'சிவனிற் பெரிய தெய்வம் இல்லை' என்று எழுதி வாங்க அவன் முடிவெடுத்தான். அவன் ஆணைப்படி, அவனது வீரர்கள் இராமானுசரின் மடத்தை நோக்கி விரைந்தனர். அப்போது அவர் நீராடிக் கொண்டிருந்தார். செய்தியறிந்த கூரத்தாழ்வான் உடையவரைக் காக்க நினைத்துக் காவியுடுத்து முக்கோல் பிடித்து, பெரிய நம்பியுடன் சோழனின் அவைக்குச் சென்றார். பெரிய நம்பியின் புதல்வியான அத்துழாய் என்பவளும் தன் தந்தைக்குத் துணையாகச் சென்றாள். அரசவையில் சோழனின் கருத்துக்கிசையாத கூரத்தாழ்வான், 'மாலவனே மேலொரு பொருளும் இல்லா மெய்ப்பொருள்' என்பதைப் பலபடியாகவும் எடுத்துரைத்தார். ஏற்காத அரசன், 'சிவனே பரன்' என்று எழுத்திடச் சொன்னான். கட்டாயப்படுத்தி ஓலையைக் கையிலே கொடுத்தான். ஏட்டினை வாங்கிக்கொண்ட கூரத்தாழ்வான், 'சிவம்' என்பதற்கு 'மரக்கால்' என்னும் ஒரு பொருள் கொண்டு, 'மரக்கால் பெரியது; பதக்கு அதை விடப் பெரியது' என்னும் பொருளில், 'சிவாத்பரதரம் நாஸ்தி, த்ரோணமஸ்தி தத:பரம்' என்று பரிகசித்துக் கையெழுத்திட்டார்.[22] அதனைக் கண்ட சோழன் சீற்றம் மிகுந்தவனாக அவ்விருவரின் கண்களையும் பறிக்குமாறு ஆணையிட்டான். உடனே கூரத்தாழ்வானும், 'பாவியான உன்னைப் பார்த்த கண்கள் எனக்கு வேண்டா' என்று சொல்லித் தம்முடைய கை நகங்களாலேயே கண்களைக் கீறிக் கொண்டார். பெரிய நம்பியை அணுகிய வீரர்கள் அரசன் சொன்னவாறே செய்து முடிக்க, வயது முதிர்ந்த பெரிய நம்பி அவ்வேதனை தாங்காமல், கங்கைகொண்ட சோழபுரத்திலேயே உயிர் நீத்தார். திருவரங்கம் திரும்பிய கூரத்தாழ்வான் அங்கு வாழப் பிடிக்காமல் திருமாலிருஞ்சோலை மலைக்குச் சென்று தங்கியிருந்தார்.

கர்நாடகத்தில் இராமானுசர்

இதற்கிடையில் சீடர்கள் மூலம் செய்தியறிந்த இராமானுசர், அவர்கள் வேண்டியவாறே வெள்ளுடை அணிந்து, சோழ நாட்டை நீத்து, கொங்கு நாட்டைக் கடந்து, நீலகிரிக் காடுகளின் வழியாக இன்றைய கர்நாடக மாநிலத்தைச் சென்றடைந்தார். அப்போது ஹொய்சல வம்சத்தைச் சேர்ந்த விட்டல தேவராயன் என்பான் மைசூரை ஆண்டு வந்தான். அவன் சமண சமயத்தைச் சார்ந்தவன். அவனது மகளைப் பீடித்திருந்த 'பேய் எனும் பிணி'யைப் போக்கியதன் மூலமும், போரில் உடல் ஊனமுற்ற அவனை மதித்து அன்பு காட்டியதன் மூலமும், அவனது இதயத்தில் இடம் பிடித்துக் கொண்டார் இராமானுசர். 'உடலில் குறையுள்ளவன்' என்ற காரணம் காட்டித் தான் கொடுத்த விருந்தில் கலந்துகொள்ளாமல் தன்னை அலட்சியம் செய்த சமண

முனிவர்களின் தொன்னை உள்ளத்தை நினைத்தான்; மனிதர் அனைவரையும் அன்பெனும் நோக்கால் அகப்படுத்தும் இராமாநுசரின் தூய - பெரிய உள்ளத்தையும் எண்ணிப் பார்த்தான். முடிவு? சமணத்தைத் துறந்து வைணவ சமயத்தைத் தழுவினான். இராமாநுசர் அவனுக்கு விஷ்ணுவர்த்தவராயன் என்று பெயர் சூட்டினார். பின்னர் அவ்வரசனின் உதவியோடு திருநாராயணபுரம் (இன்றைய மேல்கோட்டை) என்னும் இடத்தில் திருமால் கோயில் ஒன்றை எழுப்பினார். தொண்டனூரில் வாழ்ந்த ஹரிஜன மக்களைத் துணையாகக் கொண்டு காடுவெட்டி நாடு திருத்தி, உடையவர் ஊரும் கோயிலும் புதிதாய் உருவாக்கிய இடம் இது. ஸ்ரீரங்கராஜ பட்டர் என்பவரைக்கொண்டு அங்கு எழுந்தருளிய திருநாராயணப் பெருமாளுக்கு வழிபாடுகளை முறைப்படி செய்வித்து, திருவிழாக் களையும் நடத்திக்கொண்டு வந்தார். அத்தலத்தின் உற்சவ மூர்த்தியான செல்லப் பிள்ளையைத் தில்லிக்குச் சென்று மீட்டுக் கொண்டு வந்தார். அதனால் 'மஹோத்ஸவம்' நடக்காத குறையையும் தீர்த்து வைத்தார். விழாக் காலங்களில் ஹரிஜனங்களின் ஆலயப் பிரவேசத்திற்கும் ஏற்பாடு செய்தார். தொண்டனூரில் 'மோதிதலா' என்னும் ஏரி அமைவதற்கும் அவர் காரணமாயிருந்தார். அவரது முயற்சியால் மேல்கோட்டையில் எழுநூறு மடங்கள் உருவாகின. ஐம்பத்திரண்டு பேர் அவருக்குச் சீடரானார்கள்.

திருவரங்கம் திரும்பினார்

இவ்வாறு சமயப் பணிகளோடு சமுதாயப் பணிகளையும் செய்த இராமாநுசர் 'கிருமிகண்ட சோழன் மாண்டான்' என்னும் செய்தி கேட்டு திருவரங்கம் திரும்பினார். அவரது பிரிவுக்காற்றாது வருந்திய திருநாராயணபுரத்துச் சீடர்களுக்காகத் தம்முடைய அர்ச்சைத் திருமேனி (சிலை) ஒன்றை அங்கு நிறுவுவதற்கு ஏற்பாடு செய்தார். இது **'தமருகந்த திருமேனி'** என்று சிறப்பிக்கப்படுகிறது.

ஆழ்வானின் பிரிவு

மைசூரிலிருந்து திருவரங்கம் திரும்பிய நிலையில் இராமாநுசருக்கு வயது நூறு என்பர். அந்த வயதிலும் தளர்ச்சியின்றி எப்போதும்போல் தொடர்ந்து பணி செய்தார். 'தரிசனத்திற்காகத் தரிசனத்தை இழந்த'[23] கூரத்தாழ்வானின் நிலை அவருக்கு மிகுந்த துயரத்தை உருவாக்கிற்று. ஸ்ரீபாஷ்யத்தைத் தாம் சொல்லச் சொல்ல ஏடுபடுத்தியவர் ஆழ்வான் என்பதும், அப்போது அவரின் அறிவுக் கூர்மையால் அப்பேருரை சீர்மை பெற்றதும் அவரின் நினைவில் ஓடின. காஞ்சிப் பேரருளாளனை வேண்டித் துதித்து மீண்டும் அவர் புறக் கண்களைப் பெற்றுக்கொள்ள வேண்டும் என்று விரும்பினார் இராமாநுசர். தம்

எண்ணத்தை ஆழ்வானிடத்து வெளியிட்டார். அவர் விரும்பியவாறே 'வரதராஜஸ்தவம்' பாடினார் கூரத்தாழ்வான். ஆனால், அவரின் வேண்டுதலோ வேறு விதமாக அமைந்தது. 'நான் பெற்ற பேறு நாலூரானும் பெற வேண்டும்' என்று இறைவனிடம் வரம் வேண்டினார் ஆழ்வான். இந்த நாலூரான் சோழனுடைய அதிகாரிகளுள் ஒருவன். அவர், கண்களை இழப்பதற்குக் காரணாக இருந்தவன் அவனே. ஆழ்வானின் செயல் (தனக்கெனப் புறக் கண்களை இறைவனிடம் வேண்டிப் பெறாமை) இராமாநுசருக்கு ஏமாற்றமளித்த போதிலும், பகைவனுக்கும் அருளும் அவரின் மனப்பாங்கு கண்டு மகிழ்ந்தார்; ஆத்ம குணத்தைக் கண்டு வியந்தார். இந்த நற்சீடனால் தமக்கும் நற்கதி கிடைக்கும் என்று நம்பினார். அதன் பின்னர், கூரத்தாழ்வான் நீண்ட நாள்கள் வாழவில்லை. கண்களை இழந்தும் உள்ளொளியை இழக்காத ஆழ்வானின் பிரிவு உடையவருக்கு மிகுந்த துயரத்தைத் தந்தது.

சபதங்கள் நிறைவேறின

நாள் திங்களாய், திங்கள் ஆண்டுகளாய்க் காலமெனும் பேராறு ஓடி மறைந்தது.

தம் அவதார நோக்கம் ஒவ்வொன்றாக நிறைவேறி வருவதை அவர் உணர்ந்தார். ஆம்! ஆளவந்தாரின் மூன்று விருப்பங்களையும் அவர் நிறைவேற்றி விட்டார்.

பிரம்ம சூத்திரத்திற்கு விசிட்டாத்வைத அடிப்படையில் விரிவுரை (பாஷ்யம்) செய்வதை எப்பணிக்கும் முதற் பணியாகக் கொண்டதால், ஆளவந்தாரின் மனக் குறைகளில் ஒன்றை முதலில் முடித்து வைத்தார்.

ஆழ்வானின் குழந்தைகளுக்குப் பராசரன், வேத வியாசன் என்று பெயரிட்டதன் மூலம் இரண்டாவது குறையையும் நீக்கினார்.

திருக்குருகைப்பிரான் பிள்ளான் என்னும் சீடரைக் கொண்டு திருவாய் மொழிக்கு உரையிட்டதன் வாயிலாக மூன்றாம் குறையும் தீர்ந்தது.[24]

ஆண்டாள் திருமாலிருஞ்சோலை அழகருக்கு நூறு தடா நிறைந்த அக்கார அடிசில் அமுது செய்விக்கப் பெரிதும் விரும்பியதைச் செயல் படுத்திக் காட்டி ஆண்டாளுக்கு அண்ணன் என்னும் பெயரையும் பெற்றார்.

திருக்குறுங்குடி இறைவனே இவருக்குச் சீடனாகும் ஆசை கொண்டு திருவிலச்சினை பெற்று வைணவ நம்பி என்னும் திருநாம் பெற்றான்.

சோழனால் அகற்றப்பட்ட தில்லைக் கோவிந்தராசன் மூர்த்தத்தை வடவேங்கடத்தில் (கீழ்த்திருப்பதி) நிறுவினார்.

இப்படி இவர்தம் நெடிய வாழ்வில் நிகழ்ந்த சிறப்பு மிகு நிகழ்ச்சிகளை வைணவ சம்பிரதாய நூல்கள் பரவசத்தோடு விவரிக்கின்றன.

உடையவர் இயற்றிய நூல்கள்

செயல்திறன் மிக்கவராகவும் தத்துவ ஞானத்தில் கற்றுத் துறைபோய வித்தகராகவும் விளங்கிய இராமாநுசர் தமிழில் ஒரு நூலும் இயற்றவில்லை.[25] அவர் இயற்றிய நூல்கள் யாவும் வடமொழியில் அமைந்தவையே.

1. நித்யகிரந்தம் 2. கீதாபாஷ்யம் 3. ஸ்ரீபாஷ்யம் 4. வேதாந்த சாரம் 5. வேதாந்த தீபம் 6. வேதாந்த சங்கிரகம் 8. ஸ்ரீவைகுண்ட கத்யம் 8.ஸ்ரீரங்க கத்யம் 9. சரணாகதி கத்யம்.

இவ்வொன்பதும் நவரத்தினங்களாக மதிக்கப்படுகின்றன. இவற்றுள் 'நித்யகிரந்தம்' என்பது, நாள்தோறும் இறை வழிபாட்டில் கைக்கொள்ள வேண்டிய முறைகளை (பகவதாராதனக்ரமம்) விவரிப்பதால் இப்பெயர் பெற்றது. கீதா பாஷ்யம் முதலாக அடுத்து வரும் ஐந்து நூல்களும் விசிட்டாத்வைத சித்தாந்த பரமானவை. இறுதியில் உள்ள மூன்று நூல்களும் 'கத்யத்ரயம்' எனப்படும். இவை தோத்திர நூல்களாக அமைந்து, வைணவ சமயக் கருத்துகளை வெளியிடுகின்றன. எம்பெருமானுடைய திவ்யமங்கள சொரூபத்தையும், திருமேனியழகினையும் (விக்ரஹ வைலக்ஷண்யம்), கல்யாண குணங்களையும் புகழ்ந்து பேசுகின்றன. லீலா விபூதி (இவ்வுலகம்), நித்ய விபூதி (மேலுலகம்) ஆகிய இரண்டுக்கும் நாயகன் அவனே என்று ஏத்தி, அவன் அருளைப் பெறப் பிராட்டியாகிய திருமகளின் பரிந்துரையை (மகாலக்ஷ்மியின் புருஷகாரம்) வேண்டுகின்றன. பரபக்தி, பரஞான, பரமபக்தி[26]களைத் தமக்கு அருள வேண்டும் என்றும் அவற்றின் விளைவாக இறையனுபவம் ஏற்பட்டு அதனடியாகத் தொண்டில் சுவையும் (கைங்கர்யத்தில் ருசி) பிறக்க வேண்டும் என்றும் இம்மூன்று கத்யங்களிலும் எம்பெருமானார் வேண்டிக் கொள்கிறார். திருமந்திரம், துவயம், சரம சுலோகம் ஆகிய முச்சரடுகளால் பிணைக்கப்பட்ட மங்கல சூத்திரம் இந்தக் கத்யத்ரயத்தின் இழையாகிறது என்றும் பிரபத்தியாகிய சரணாகதியே இங்கே சாரமாக அமைகிறது என்றும் வைணவப் பெரியோர்கள் விளக்கிக் கூறுவர்.

என்றும் வாழும் இராமாநுசர்

நூற்றிருபது ஆண்டுகள் உலகம் பயனுற வாழ்ந்த உடையவர், முடிவு நாளை எதிர்நோக்கினார். முதலியாண்டானின் விருப்பத்துக்கிணங்கத்

தம் உருவச் சிலையை வடித்துத் தம் பிறப்பிடமான ஸ்ரீபெரும்பூதூரில் கோயிலமைத்து வழிபடுவதற்கு இசைவளித்தார். தாமே தழுவித் தந்த அந்த விக்கிரகத்தை ஸ்ரீபெரும்பூதூரில் ஒரு தைப்பூச நன்னாளில் வழிபாட்டுக்கு அமைக்கும்போதே, எம்பெருமானார் நோயுற்றார். ஒரு வாரத்தில் திருநாட்டுக்கு எழுந்தருளினார்.[27] எம்பார் திருமடியிலே திருமுடியும், வடுகநம்பி திருமடியிலே திருவடிகளும் வைத்த நிலையில் அவர் உயிர் பிரிந்தது. 'இராமாநுசன் என்றன் சேம வைப்பு' என்று கருதிய அரங்கனின் விருப்பப்படி, நிதியை உள்ளே இட்டு வைப்பதுபோல, அவரது பூதவுடலை அரங்கத்துப் பெரியோர்களும் அவர் சீடர்களும் அரங்கன் கோயில் சுற்றிலேயே - வசந்த மண்டபத்தில் திருப்பள்ளிபடுத்தினர். அங்கேயே கோயில் கட்டி உருவச் சிலையெழுப்பி வழிபடலாயினர். இத்திருமேனி **'தாமான திருமேனி'** என்றும், ஸ்ரீபெரும்பூதூரில் அமைக்கப் பெற்ற திருமேனி **'தாம் உகந்த திருமேனி'** என்றும், திருநாராயணபுரத்து அடியவர்கள் வழிபட அமைந்தது **'தமருகந்த திருமேனி'** என்றும் வழங்கி வருகின்றன.

தமக்குப் பின்னர் வைணவ சமயத்தைக் கட்டிக் காப்பதற்குத் தகுதியுடையவர் கூரத்தாழ்வானின் புதல்வரான பராசர பட்டரே என்று முடிவெடுத்தார் இராமாநுசர். அவரை எம்பாரிடம் ஒப்படைத்துச் சாத்திரங்களில் வல்லவராக வளர்த்து ஆளாக்கினார். எனவே தாம் மறைவதற்கு முன்பே, பட்டரையே சமயத் தலைவராக ஏற்கும்படி தம்முடைய சீடர்களுக்கு ஆணையிட்டார்.

'முழுக்கச் சொல்லி முடியாது'[28] என்று வைணவ நூல்கள் வியந்தும் உகந்தும் பேசும் உடையவரின் வாழ்க்கைச் சுருக்கம் இது.

பெருக்காறு ஒன்று வற்றாத ஜீவ ஊற்றுக்களை உருவாக்கிவிட்டு ஓடி மறைந்தது போலவும், ஆண்டு பலவாகத் தழைத்துச் செழித்திருந்த ஆல மரம் ஒன்று மூத்து முதிர்ந்த பின்னர் விழுதுகளையே வேராக நிறுத்தித் தன் மூல வேர்களை முறித்துக் கொண்டதுபோலவும் தம் வாழ்க்கையை முடித்துக்கொண்டார் இராமாநுசர்.

ஆனால், மனித சமுதாயம் உள்ளவரை வரலாற்றில் அவர் ஆழப் பதித்துச் சென்ற சுவடுகளுக்கு முடிவு ஏது?

3

சமயத் தொண்டும் சமுதாயத் தொண்டும்

உலகம் உய்யப் பிறந்த மகான்களும் அருளாளர்களும் தம் வாழ்க்கையின் மூலமே மக்களுக்குப் பல செய்திகளை உணர்த்தி விடுகிறார்கள்; வாழ்ந்து காட்டுவதன் மூலம் மற்றவர்களுக்கு வழிகாட்டுகிறார்கள். 'என் வாழ்க்கையே, மக்களுக்கு நான் கூறும் செய்தி' என்று காந்தியடிகள் கூறியது இங்கு நினைக்கத் தகும். பெரியோர்கள் பிறர்க்கு அறிவுரை கூறுவதைக் கடமையாகக் கொள்வதில்லை. 'என் கடன் பணி செய்து கிடப்பதே' என்று பணி புரிவதிலேயே கண்ணும் கருத்துமாக இருக்கிறார்கள். சமயத் தலைவரான இராமாநுசரின் வாழ்க்கையை ஆழ்ந்து நோக்குவார் அனைவரும் அவரின் பணிகள் யாவும் சமூகம் சார்ந்த பணிகளாக, பாரினை உயர்த்தும் பணிகளாக அமைந்திருப்பதை உணர்ந்து கொள்ளலாம்.

சொன்ன வண்ணம் செய்த 'பெருமாள்'

உயர்ந்த இடத்தில் இருந்துகொண்டு உபதேசம் செய்வது எளிது. தான் சொன்ன வண்ணமே செய்வதென்பது அரிது; அரிதினும் அரிது. அத்தகைய அரிய செயல் செய்யும் பெரியோனாகத் திகழ்ந்த இராமபிரானை,

> 'உரைசெயற்கு எளிதுமாகி அரிதுமாம் ஒழுக்கில் நின்றான்'

என்று புகழ்ந்துரைத்தான் கவிச் சக்கரவர்த்தி. அந்த 'இராமபிரானுக்கு இளவல்' என்னும் பொருளில் இராமாநுசர் என்னும் பெயர் தாங்கிய உடையவரும் தம் வாழ்நாளில் செயற்கரிய பணிகளையே செய்தார். செய்யும் பணிகளில் அவர் உயர்வு தாழ்வு கருதியதில்லை. ஸ்ரீபாஷ்யம் செய்வது முதல் ஆசார்யனுக்குப் பாலமுது காய்ச்சுவதுவரை எல்லாப் பணிகளையும் வேறுபாடின்றி ஒன்றிய மனத்துடன் உகப்புடனே அவர் செய்து முடித்தார். வைணவக் கோட்பாடுகளை ஏட்டுச் சுரைக்காய் ஆக்காமல் தாமே அவற்றை வாழ்க்கையில் கடைப்பிடித்துக் காட்டினார். நாம் முன்னரே குறிப்பிட்டதுபோல அந்தணர்கள் மேற்கொண்ட தீண்டாமையை அலட்சியப்படுத்தி, நீராடித் திரும்புகையில் உறங்காவில்லி என்னும் தாழ்த்தப்பட்ட குலத்திற் பிறந்த சீடனைக் கைகோத்து அழைத்துச் சென்றதும், தொண்டனூர் அரிசனங்கள் திருநாராயணபுரம் திருக்கோயிலில் நுழைய அனுமதித்ததும், 'வைணவம் சாதிக் கட்டுப்பாடுகளுக்கு அப்பாற்பட்டது' என்னும் கொள்கையை நடைமுறைப்படுத்திக் காட்டியதன் விளைவுகளே ஆகும்.

எல்லார்க்கும் பெய்த 'இன்பமாரி'

விண்ணில் சூல்கொண்ட கார்மேகம், காடு மேடென்றும் ஏரி கடலென்றும் பார்க்காமல் தன்னிடத்துள்ள நீரை எல்லா இடங்களிலும் கொட்டித் தீர்க்கிறது. அத்தகைய 'வானமாய் நின்றின்ப மழையாய் இறங்கி' வையத்தை வாழ்விப்பதே நோக்கமாகக் கொண்டவர் இராமாநுசர். முளைக்கும்போதே மணக்கும் துளசிபோல, இந்த அருள் நெஞ்சம் அவர்க்கு இயல்பிலேயே அமைந்திருந்தது.

'சீடனுடைய ஆருயிரைப் பேணுமவனே ஆசார்யன்' என்னும் கொள்கைப்படி, தம் சீடர்களுடைய ஆன்மிக வளர்ச்சியில் பெரு நோக்குடையவராகத் திகழ்ந்தவர் இராமாநுசர். அரும்பாடுபட்டுத் திருக்கோட்டியூர் நம்பியிடம் திருமந்திரார்த்தம் பெறச் சென்றபோது, - தாம் மட்டும் தனியே செல்லாமல் கூடவே கூரத்தாழ்வானையும் முதலியாண்டானையும் கூட்டிச் சென்றார். அதனைக் கண்ட நம்பி, தாம் கூறியவாறு தனியே வராமைக்குக் காரணம் கேட்க, சமத்காரமாக - அவ்விருவரும் தமக்குத் தண்டும் பவித்திரமும் எனக் கூறி, அவரின் அனுமதியோடு மூவருமாக உபதேசம் பெற்றனர். உடையவருடைய கருணையினால் நம்பியினுடைய சம்பந்தமும் செம்பொருளை எந்தச் சிரமமுமின்றி அவரிடமிருந்தே பெறுகின்ற வாய்ப்பும் ஆண்டானுக்கும் ஆழ்வானுக்கும் கிடைத்தன. இந்த நன்றியை நினைந்தே, 'ஒரு மலையில் இருந்தும் ஒரு மலைக்குத் தாவும்

சிம்மத்தின் உடம்பில் உள்ள உயிர்களைப்போல - உலக வாழ்க்கையைக் கடத்துதற்கு உதவிய உடையவரின் தொடர்பாலே நாம் கரை சேர்ந்தோம்'[1] என்று முதலியாண்டான் குறிப்பிடக் காணலாம்.

கருணைப் பெருவெள்ளம்

ஆழ்வான், ஆண்டான் என்ற இருவரோடும் அவருடைய கருணை அளவுபட்டு நிற்கவில்லை. பெருக்காற்று வெள்ளம் மேட்டிலும் ஏறிப் பாய்வதுபோலத் திருக்கோட்டியூர் நம்பியிடத்தே தாம் பெற்ற திருமந்திரப் பொருளை உலகம் உய்யுமாறு அறிவித்தார் அவர்.

காரேய் கருணை கரை புரண்டபடியால் அர்த்தத்தின் சீர்மை பாராமல் சம்சாரிகள் படும் அனர்த்தத்தை (கேட்டினை) நோக்கியே இங்ஙனம் மறைபொருளை வெளியிட்டார் இராமாநுசர். இதனால் கருணைக் கடலான எம்பெருமானைக் காட்டிலும் கருணையில் விஞ்சி நின்றார். அதன் அடையாளமாக **எம்பெருமானார்** (எமக்கெல்லாம் தலைவர்) என்னும் பெயரும் பெற்றார்.

'தன் ஆத்ம லாபத்துக்காக உலகத்தையும் தியாகம் செய்துவிடலாம்' என்பது தத்துவப் பேரறிஞர்களின் கொள்கை. வேத ரிஷிகள் காலந்தொட்டு இதுவே நிலைமை. ஆனால், இராமாநுசரோ உலக மக்களுக்காக இரங்கித் தம் ஆத்ம லாபமாகிய முக்தியையும் துறக்கத் துணிந்தார். அதனால் மற்றைய முனிவர்களிலும் மேம்பட்டு 'முனிவர்களின் தலைவர்' என்னும் பொருளில் 'யதிராசர்' ஆனார். எனவேதான்,

> 'தன்னுயிர் தன்னைக் கொண்டு
> தான்பிழைத் திடுவ தன்றி
> மன்னுயிர்க்கு இரங்கித் தன்னை
> மைந்தனே! மாய்க்கப் புக்கார்
> இந்நிலத்து இல்லை; இல்லை;
> ஏழுல கத்தும் இல்லை...'

என்று வியந்தார் திருக்கோட்டியூர் நம்பி. இராமாநுசர் வரவால் பக்தி நெறியாளர் பெற்ற பெரும் பயன் இது.

வரம்பறுத்த வள்ளல்

நாதமுனிகள் காலம் தொடங்கி வைணவக் கல்வி ஓரான் வழியாகவே உபதேசிக்கப்பட்டு வந்தது. அதாவது ஓர் ஆசிரியனிடத்தில் (ஆசார்யன்) சீடன் ஒருவன் மட்டுமே கற்கலாம். பொருளின் சீர்மை கருதி எல்லார்க்கும் உரைக்காமல் அதனை மறைத்து வைத்து,

தகுதியுடையான் ஒருவனைத் தேர்ந்தெடுத்து அவனைப் பலபடியாகவும் சோதித்து, அவனுக்கு மட்டுமே உபதேசிப்பது என்பது அந்நாளைய மரபாக இருந்தது. இத்தகைய வரம்பினை நீக்கத் திருவுள்ளம் கொண்டார் இராமாநுசர். அவரது கருணை திருக்கோட்டியூர் நம்பி - தம்மைச் சோதித்த அளவுக்கு அதில் இம்மியளவு கூடச் சோதிப்பதற்கு இடம் தரவில்லை. முன்னோர்கள் நாட்டி வைத்த வரம்பினையறுத்து - ஆசையுடன் வந்து கேட்டவர்க் கெல்லாம் உபதேசிக்கலாம் என்பதற்குத் தாமே முன்னுதாரணமாய் நின்றார். திருக்கோட்டியூர் நம்பியிடம் பெற்ற ரஹஸ்யார்த்தத்தைப் பலரும் அறிய உபதேசித்தமை இதற்குச் சான்று. இதனையே,

'ஓரான் வழியாய் உபதேசித் தார்முன்னோர்
ஏரார் எதிராசன் இன்னருளால் - பாருலகில்
ஆசையுடை யோர்க்கெல்லாம் ஆரியர்காள்! கூறுமென்று
பேசி வரம்பறுத்தார் பின்.'

என்று மணவாள மாமுனிகள் பாடி மகிழ்ந்தார்.

திருவரங்கத்தமுதனாரும்,

'காரேய் கருணை இராமாநுச! இக்கடலிடத்தில்
ஆரே அறிபவர் நின்னருளின் தன்மை?'

என்று போற்றி வியந்தார்.

சிறிய திருமடல் வியாக்கியானத்திலும் உடையவரின் கருணை மிகுந்த இப்பணி பின்வருமாறு பதிவு செய்யப்பட்டுள்ளது.

'முன்பிருந்த ஆசார்யர்கள் பகவத் விஷயம் சொல்லும்போது நாலிரண்டு பேருக்காயிற்றுச் சொல்லுவது. அது தானும் அவர்கள்படி (ஆர்வமுள்ள நிலை) அறிந்தால் சொல்லுவது. அங்ஙனமின்றி ருசியுடையார் என்று தோன்றினவாறே சொல்லுவார் எம்பெருமானார்.'

இவ்வாறே திருநெடுந்தாண்டக வியாக்கியானத்திலும், 'சொல்லென்னச் சொன்னாள்' என்னும் தொடருக்கு உரை கூறுகையில், 'ஆசையுடை யோர்க்கெல்லாம் வார்த்தை சொல்லிப் போந்த உடையவரையே' நினைவு கூர்கிறார் உரையாசிரியர் பெரியவாச்சான்பிள்ளை.

உடையவரின் விரைவும் பரிவும்

தாம் கற்றதையும் பெற்றதையும் உடனே பிறருக்கு அறிவித்துப் பயன் கொள்ளுமாறு செய்வதில் உடையவர் காட்டிய விரைவும் பரிவும்

எழுத்தில் வடித்துச் சொல்லல் இயலுமோ? திருவிருத்தம் 99ஆம் பாசுரத்தில் இடம் பெறும் குறிப்பு ஒன்று நம்மை இத்தகைய நினைப்புக்கு இட்டுச் செல்கின்றது.

ஒரு முறை திருவரங்கத்திற்கு வந்திருந்த திருக்கோட்டியூர்நம்பி உடையவரைத் தனியே அழைத்துச் சென்று, 'எம்பெருமானைத் தவிரக் கர்ம யோகமோ, ஞான யோகமோ, பக்தியோகமோ, பிரபத்தி யோகமோ உபாயங்கள் அல்ல; இவை ஒன்றையும் எதிர்பாராமல் தானே உபாயமாக நின்று வீட்டினை அளிப்பவன் எம்பெருமானே ஆவான்' என்னும் அர்த்தத்தை அருளிச் செய்தார். இதனை வடமொழியில் 'ஸஹகாரி நைரபேக்ஷ்யம்' என்பர். யாரும் அறியாமல் ரகசியமாக இதனை உபதேசித்த திருக்கோட்டியூர்நம்பி, 'ஒருவர்க்கும் இதனைச் சொல்லக்கூடாது' என்றும் கட்டளையிட்டார்.

ஆனால், இராமாநுசரின் கருணை(யு/வெ)ள்ளம் அதற்குக் கட்டுப்பட வில்லை. 'முன்போல ஊரறியச் சொல்லாவிட்டாலும், ஒருவருக்காவது சொல்லித் தரிக்கலாமே' என்னும் முடிவிற்கு வந்தார். அப்போது அவரின் நினைவுக்கு வந்தவர் அவரின் அன்புக்குப் பாத்திரமான கூரத்தாழ்வானே.

உச்சி வெயில் கொளுத்துகின்ற நடுப்பகல் நேரம் அது. அதையும் பொருட்படுத்தாமல் நேரே கூரத்தாழ்வான் திருமாளிகைக்குச் சென்றார் இராமாநுசர். அப்போது உணவருந்திக் கொண்டிருந்த ஆழ்வானை அழைத்து, 'திருக்கோட்டியூர்நம்பி, 'ஒருவர்க்கும் சொல்லக் கூடாது என்று கூறி, எனக்கு இவ்வர்த்தத்தை அருளிச் செய்தார். ஆனால், உமக்கு மட்டும் சொல்லாமல் இருக்க என்னால் முடியவில்லை' என்று சொல்லி, 'எம்பெருமானைத் தவிர வேறு எவருமே தஞ்சமல்லர்' என்பதனைக் கூரத்தாழ்வானுக்கு அருளிச் செய்தார்.

இந்நிகழ்ச்சி, 'கூரத்தாழ்வான் சாப்பிட்டு முடிக்கும்வரை உடையவர் பொறுமையோடு காத்துக்கொண்டு இருந்திருப்பாரா?' என்னும் ஐயத்தையே நம்முள் எழுப்புகிறது. உடையவர் அழைத்தவுடனே உண்பதை முடித்துக்கொண்டு - கழுவிய கையின் ஈரம் உலர்வதற்கு முன்பாகவே விரைந்து வந்து, உணவுக்குப் பின்னர் நீரைப் பருகும் ஆர்வத்தோடு, அவர் கூறிய அர்த்தத்தினை ஆழ்வான் கேட்டிருக்க வேண்டும்!

இந்த முடிவுக்குத்தான் நாம் வர வேண்டியவர்களாகிறோம். அடடா! எப்பேர்ப்பட்ட குரு! எத்தகைய பெருமை வாய்ந்த சீடர்!

எல்லார்க்கும் உரியது இறையருள்

தம்முடைய சீடர்களுக்கும் பொறிபுலன்களால் குறைவற்ற ஏனைய மக்களுக்கும் மட்டுமே இறையருள் உரியது என்று அவர் கருதவில்லை. 'பொறியின்மை யார்க்கும் பழியன்று' என்பது உடையவரின் திருவுள்ளம். ஓர் ஊமையினிடத்தும் கரைபுரண்டு பெருகிய கருணை இதனை உறுதி செய்கின்றது.

உடையவர் ஒருநாள் ஊமையன் ஒருவனை அழைத்து மடத்துக்குள்ளே நிறுத்தித் திருவாசற் கதவுகளை அடைத்து, கைக்குறிகளாலே தம் திருவடிகளை அடைக்கலமாகப் பற்றும்படி அவனுக்கு உணர்த்தினார். அந்த ஊமை பாக்கிய வசத்தாலே 'இத்திருவடிகளே நமக்குத் தஞ்சம்' என்று அறிந்து, அவற்றைத் தலைமேல் அணிந்து கிடந்தான். ஆழ்வான் இதைக் கதவின் புரை வழியாகவே கண்டு, 'ஐயோ! ஆழ்வானாகப் பிறந்து சாஸ்திரங்களைக் கற்றுக் கெட்டேனே! ஊமையாகப் பிறவாதொழிந்தேனே' என்று தலை மேல் மோதிக் கொண்டு கதறினாராம்.

கூன், குருடு, செவிடு, பேடு முதலான பிறவி படைத்தோரை மதிக்காமல் புறக்கணித்து ஒதுக்குவது உலக இயல்பு. மானிட சாதியில் அவ்வாறு பிறந்த குறைப் பிறவிகளையும் கடைத்தேறச் செய்யும் அருள் நெஞ்சம் கொண்டவராகத் திகழ்ந்தவர் இராமாநுசர். ஊமைக்கும், 'தம் திருவடிகளே தஞ்சம்' என்பதை உணர்த்தி உய்வு பெறச் செய்தார். இதனையே,

> 'கொள்ளக் குறைவற்று இலங்கிக் கொழுந்துவிட்டு ஓங்கியஉன்
> வள்ளல்தனம்'

என்று கொண்டாடினார் பிள்ளையமுதனார்.

சாதிக்கு எதிரான 'பாடம்'

இந்த வள்ளல்தனம் - சாதித் தடைகளைத் தாண்டி, எப்படியெல்லாம் கொழுந்து விட்டுப் படர்ந்தது என்பதற்கு இராமாநுசரின் வாழ்க்கையில் எத்தனையோ நிகழ்ச்சிகள் உண்டு.

'சாதி வேற்றுமைக்கு இடமின்றி எல்லார்க்கும் உரியது இறையருள்' என்பதை அவர் உறுதிபட நம்பினார்; நம்பியபடியே நடந்து காட்டினார். அப்போதும் உணராதவர்களை உணர்ந்து திருந்தும்படி செய்தார். அவர் வாழ்ந்த காலச் சமுதாயம், சாதி வேற்றுமையால் புரையோடிப் போயிருந்தது; சாதிச் செருக்கு, செல்வச் செருக்கு, கல்விச் செருக்கு ஆகிய முச்செருக்குகளாலும் மனித மனம்

பாழ்பட்டிருந்தது. இத்தகைய சமுதாயத்தை வாழ்விக்க வந்தவரே இராமாநுசர். அதன் பொருட்டு அவர் மேற்கொண்ட செயல்பாடுகள் நம்மை மெய்சிலிர்க்க வைக்கின்றன.

உறங்காவில்லி போன்ற 'தாழ்குல'ச் சீடர்களிடத்தும் அவர் வேற்றுமை காட்டாது பழகியது அக்காலத்து வைதிகர்களுக்குப் பிடிக்கவில்லை. குறிப்பாக அவரது மடத்தைச் சேர்ந்த சீடர்களுக்கே அதில் உடன்பாடில்லை. சாதித் திரை அவர்களின் கண்களை மறைத்தது; இராமாநுசர்பால் குற்றமே கண்டது. எனினும், இராமாநுசர் மனம் தளரவில்லை. அவர்களிடத்தே மனமாற்றம் நிகழுதற்கு முயற்சிகளை மேற்கொண்டார்; வெற்றியும் பெற்றார்.

சீடர்களுக்குப் பாடம் புகட்டுவதற்கு அவர் செய்த 'சூழ்ச்சி' சுவாரஸ்யமானது.

சீடர் ஒருவரைக் கொண்டு மற்றவர்கள் அறியா வகையில் - மடத்தில் காய்ந்துகொண்டிருந்த காவியாடைகளில் - ஒவ்வொரு முழம் கிழிக்கும்படி செய்தார் இராமாநுசர். 'இப்படிச் செய்தவர் யார்? காரணம் என்ன?' என்பதை அறியாத சீடர்கள், சீறிச் சினந்தார்கள்; வாய்க்கு வந்தபடி வைதார்கள். துறவுக்குரிய பொறுமையோ, வெகுளாமையோ அவர்களிடம் சிறிதும் இல்லை. ஒரு முழக் காவித் துணிக்காக அவையிரண்டும் அவர்களைவிட்டுத் துறந்துபோய் விட்டன.

இந்நிலையில் இரவு நேரத்தில் சீடர் இருவரை உறங்காவில்லியின் வீட்டிற்கு அனுப்பித் தூங்கிக்கொண்டிருக்கும் தாசரின் மனைவி பொன்னாச்சியிடமிருந்து நகைகளைக் களவாடி வரும்படி பணித்தார் இராமாநுசர். அன்று இரவு பிள்ளை உறங்காவில்லிதாசர் நெடுநேரம் தம்முடன் இருக்குமாறு பார்த்துக்கொண்டார்.

உறங்காவில்லியின் வீடு நோக்கிச் சென்ற சீடர்கள், ஒரு பக்கமாகச் சாய்ந்து படுத்துக்கொண்டிருந்த பொன்னாச்சியின் நகைகளைக் கழற்றிக்கொண்டனர். பொன்னாச்சி அதையறிந்தும் அறியாதவள் போல, அச்சடித்த பதுமையாக அசையாது படுத்திருந்தாள். 'பாவம்! அடியார்களுக்கு என்ன வறுமையோ? மறு பக்கத்தில் உள்ள காதணிகளையும் கழற்றிக்கொள்ளட்டும்' என்று கருதி அதற்கு வாய்ப்பாகத் திரும்பிப் படுத்தாள். அவளின் உள்நோக்கத்தை அறியாத சீடர்கள், அவள் விழித்துக்கொண்டதாக நினைத்துப் பயந்து அங்கிருந்து ஓடி விட்டனர்.

சீடர்கள் மடத்துக்குத் திரும்பியது கண்டு உறங்காவில்லியை வீடு செல்லுமாறு பணித்தார் உடையவர். அங்கு நடந்தது எதுவும்

வில்லிக்குத் தெரியாது. அவரும் வீடு நோக்கிப் புறப்பட்டார். இந்நிலையில் பொன்னாச்சியின் ஒரு பக்கத்து நகைகளைக் கவர்ந்த கொண்டு வந்த சீடர்களைப் பார்த்து, வில்லியை - அவர் அறியாதவாறு பின்தொடர்ந்து சென்று, அவர் வீட்டில் நடப்பதை அறிந்து வருமாறு கட்டளையிட்டார்.

வீடு திரும்பிய வில்லிக்கும் அவர் மனைவி பொன்னாச்சிக்கும் இடையில் நடக்கும் உரையாடலைச் சீடர்கள் கவனிக்கிறார்கள்:

நடந்ததை அறிந்த வில்லி, தம் மனைவியைக் கோபிக்கிறார். 'நகையைக் களவு கொடுத்து விட்டாளே?' என்ற கோபமா? இல்லை. 'புரண்டு படுத்ததன் மூலம் அவர்களை அச்சுறுத்தி அனுப்பி விட்டாளே' என்ற கோபம்தான் அவருக்கு. 'என் நகைகளை அவர்களுக்குக் கொடுப்பேன்' என்ற ஆணவம்தான் அவர்களைத் துரத்திவிட்டது என்று சீறினார் அவர். 'எல்லாம் 'அடியவர் உடைமை' அல்லவா? 'உன்னது' என்று நினைக்கும் அதிகாரம் உனக்கு ஏது? நீ ஆபரணங்களை இட்டு வைத்த செப்புப் போலே இருந்திருக்க வேண்டாமா? அப்படியிருந்திருந்தால் பாகவதர்களுடைய திருவுள்ளக் கருத்து முழுவதும் நிறைவேறியிருக்குமே. நீ உரிமை (ஸ்வாதந்தர்யம்) உணர்ச்சியைக் காட்டியதால்தானே அவர்கள் பாதி விருப்பம் நிறைவேறியதோடு திரும்பும்படி ஆயிற்று' என்று தம் மனைவியைக் கடிந்துகொண்டார். உத்தமமான மனைவி தமக்கு வாய்த்திருந்தும் 'என் உடைமை' என்பதன் அடியாகப் பிறந்த அகந்தைக்காக அவளைக் கண்டித்தார் உறங்காவில்லி. தம்பதிகளுக்கு இடையில் நடந்த உரையாடலைக் கேட்டு வியப்படைந்த சீடர்கள் ஓடி வந்து உடையவரிடம் தெரிவித்தனர்.

சீடர்கள் எல்லார்க்கும் இந்த விவரம் தெரிந்தது. பிள்ளை உறங்காவில்லிதாசரும் அவர் மனைவி பொன்னாச்சியும் 'மாமனிதர்கள்' என்னும் உண்மை புரிந்தது. புரிய வைத்தார் இராமாநுசர். இராமாநுசரின் செயல் வீரம் இது.

ஆசார்யன் காட்டிய வழி

இப்படிச் சாதி வேற்றுமை களைந்து சமயப் பணி புரிந்ததற்குப் பெரிய நம்பி போன்ற ஆசார்யரின் வாழ்நெறிகள் இராமாநுசருக்கு வழிகாட்டின.

இராமாநுசரின் ஐம்பெரும் ஆசிரியர்களுள் ஒருவர் பெரிய நம்பி என்பதை நாம் அறிவோம். திருக்குலத்திலே பிறந்த மாறனேர் நம்பி என்னும் இறையடியார் (பாகவதர்) மறைந்தபோது, அவருக்கு

அடியார்க்குரிய இறுதிச் சடங்குகளை (பிரமமேத ஸம்ஸ்காரம்)[2] முறைப்படி செய்தவர் பெரிய நம்பி. அந்தணரான பெரிய நம்பியின் இச்செயல் கண்ட வைதிகர்கள் வெறுப்படைந்தனர். அந்நிலையில் இராமாநுசர் அவரை அணுகி, 'இக்காரியத்தை உத்தமரான தாங்களே செய்ய வேண்டுமா? சீடர்களில் யாரையாவது ஏவிச் செய்யும்படி பணித்திருக்கலாமே' என்று வினயத்துடன் கேட்க, அதற்கு நம்பி பின்வருமாறு விடையிறுத்தாராம்:

'மாறனேரிநம்பி ஆளவந்தாரின் சீடர்களுள் ஒருவர். அவரின் கருணைக்குப் பாத்திரமானவர். பாகவதர்களுள் தலைசிறந்தவர். சக்கரவர்த்தித் திருமகனான இராமபிரான், ஜடாயு என்ற ஒரு கழுகுக்கு இறுதிச் சடங்குகளைச் செய்யவில்லையா? தர்மபுத்திரர், கீழ்க்குலத்தவரான விதுரருக்கு அந்திமச் சடங்குகளைச் செய்ய வில்லையா? நமது மாறனேர் நம்பி ஜடாயுவுக்கோ, விதுரருக்கோ குறைந்தவரா? அடியேன் இராமபிரானையும் தர்ம புத்திரனையும்விட உயர்ந்தவனோ? மேலும் அந்தி தொழுகைக்கு ஆளிடலாமோ?[3] ஆழ்வாரின் திருவுள்ளத்தை நீர் அறியாதவரோ? பாகவதர் (இறையடியார்) பெருமையைப் பேசுகின்ற 'நெடுமாற்கடிமை' என்னும் திருவாய்மொழி வெறும் கடலோசையோ? நாம் கற்றுக் கடைப்பிடிப்பதற்காக எழுந்ததன்றோ அது? இவையெல்லாம் அடியேன் சொல்லித்தான் தேவரீர் உணர வேண்டுமோ?' என்றார்.

இந்நிகழ்ச்சி, 'பாகவதர்களின் குலம் பற்றிச் சிந்திப்பதே பழிப்பாகும், பாவமாகும்' என்னும் உடையவரின் எண்ணத்துக்கு மேலும் உரமூட்டுவதாக அமைந்துவிட்டது.

வித்தும் விளைவும்

தம் இளவயதிலேயே அந்தணரல்லாத திருக்கச்சிநம்பிகளை ஆசார்யனாக ஏற்க விரும்பியவர் இராமாநுசர். மேலும் அவர் உண்டொழிந்த மிச்சிலை உண்ணவும் விரும்பியிருந்தார். திருக்கச்சி நம்பியோ அதற்கு இடமளிக்கவில்லை. தாம் துறவு பூண்டு காஞ்சியை விட்டுத் திருவரங்கம் வந்த பிறகும் சாதி வேற்றுமை கருதாது தொடர்ந்து நம்பியை நினைந்து போற்றியது இராமாநுசரின் திருவுள்ளம். நம்பியினிடத்துத் தம் சிறு வயதில் கொண்டிருந்த பக்தி நாளாக ஆக ஏறியதே தவிரச் சிறிதும் மாறியதில்லை. திருவிருத்தம் எட்டாம் பாசுரத்தில் காணப்படும் குறிப்பு இதற்கு ஆதாரமாகின்றது.

ஒருசமயம் திருவரங்கத்தில் சீடர்களுக்கு நல்லுரைகள் கூறிக் கொண்டிருந்தபோது, திருக்கச்சிநம்பியின் நினைவு வரவே, 'பெருமாள் கோயிலுக்குச் (காஞ்சிபுரம்) சென்று திருக்கச்சிநம்பி

நலனை ஆராய்ந்து வருவார் யாரேனும் உளரோ?' என்று கேட்டாராம் இராமாநுசர். அப்போது, 'நான் போகிறேன்' என்று சீடர் எவரும் முன்வரவில்லை. இச்செய்தியை அறிந்த பெரிய நம்பி, மறுநாள் விடிகாலையில் உடையவர் மடத்துக்கு வந்து, 'காஞ்சிப் பேரருளாளனைத் தொழுது வரும் நினைவாயுள்ளேன்' என்று கூறி விடை கொண்டு காஞ்சிக்குச் சென்றார். அங்குத் தேவப்பிரானையும் திருக்கச்சிநம்பியையும் சேவித்து, நம்பியுடன் சிறிது நேரம் உரையாடி மகிழ்ந்து, உடனே திருவரங்கம் செல்வதாகப் புறப்பட்டார். நம்பியும் 'திருநாள் நெருங்குகிறது; தங்கிச் செல்லலாமே!' என்று வேண்ட, பெரிய நம்பியும், 'நாம் வந்த காரியம் ஆயிற்று; திருநாளுக்கு இருக்க இயலாது. புறப்பட வேண்டும்' என்று கூறவும் திருக்கச்சிநம்பிக்கு ஒன்றும் விளங்கவில்லை. உடனே பெரிய நம்பியும், 'நம் உடையவருக்கு உம் நினைவாக இருந்து, உமது நலனறிந்து வருவார் உண்டோ? என்று சீடர் குழுவில் கேட்க, ஒருவரும் எழுந்தாரில்லை. 'நாம் சென்று வருவோம்' என்று வந்தேன். வந்த காரியமாயிற்று. விடை தந்தருள வேண்டும்' என்றாராம்.

இவ்விரு நிகழ்ச்சிகளும் நமக்கு எதனை உணர்த்துகின்றன?

சாதி வேற்றுமை கருதாத தன்மை, உடையவர் உள்ளத்தே வித்தாக முளைத்திருந்தது என்றால், அதற்கு நீர் வார்த்து வளர்த்த பணி பெரிய நம்பி போன்ற ஆசார்யர்களைச் சாரும் என்ற பேருண்மையைத்தானே!

சீடர்களுக்கு வழிகாட்டினார்

தம் ஆசார்யர்களிடம் சமய, தத்துவ நூல்களை மட்டும் கற்கவில்லை இராமாநுசர். வாழ்க்கை நெறிகளையும் கற்றார். கற்றதற்கேற்பக் கடைப்பிடித்தார். பராசர பட்டர் முதலான சீடர்களையும் அவ்வாறே உருவாக்கினார். தம் அருமைச் சீடரான பிள்ளை உறங்காவில்லிதாசர் மறைந்தபோது அந்திமக் கிரியைகளை அவருக்குச் செய்யுமாறு கூரேசரின் மூத்த புதல்வரான பராசரபட்டருக்குக் கட்டளையிட்டார். வில்லிதாசரின் பூதவுடலை விமானம்போல அலங்கரித்த பூப்பல்லக்கிலே ஏற்றி வைத்து, ஏகாங்கிகளும் பாகவதர்களும் மாறி மாறித் தோள் கொடுத்துத் தூக்கிக்கொண்டு போனார்கள். அதை வைத்த கண் வாங்காமலும், கண்களிலிருந்து துளிநீர் சிந்தாமலும் பார்த்துக் கொண்டே நின்றாள் பொன்னாச்சி. பல்லக்கு தூரத்தில் சென்று மறைந்தது. **'மாரிமாக்கடல்'** என்னும் பெரிய திருமொழிப் பாசுரம் அவள் நினைவுக்கு வந்தது. 'துணை காணேன்; ஊரும் துஞ்சிற்று உலகமும் துயின்றது; தேரும் போயிற்று; திசைகளும் மறைந்தன. செய்வதொன்று அறியேனே?' என்று புலம்பிக்கொண்டே திசை நோக்கித் தொழுது தரையில் மூர்ச்சித்து விழுந்தாள். அப்போதே

உயிரும் நீங்கியது. உடையவர் பணித்தவாறே பொன்னாச்சியையும் வில்லிதாசருடன் பள்ளிபடுத்தி (அடக்கம் செய்து) இறுதிக் கடன்களைச் செய்தார் பட்டர்.[4]

இன்றைக்கு ஆயிரம் ஆண்டுகளுக்கு முன்னர்ச் சாதிக் கட்டுகள் இறுகியிருந்த காலத்தில், அந்தண குலத் தோன்றலான பட்டர் - தாழ்த்தப்பட்ட சமுதாயத்தைச் சார்ந்த தம்பதிகளுக்கு அந்திமக் காரியங்களை முன்னின்று நடத்தியது எத்துணைப் பெரிய செயல்!

இதற்கு அடிப்படையாக அமைந்த இராமாநுசரின் சமுதாயப் பணிகளை அக்காலச் சூழலைக் கருத்திற் கொண்டு நோக்கும்போது தான் அவற்றின் அருமையை நம்மால் புரிந்துகொள்ள முடியும்.

பகவத் கீதையின் சுலோகம் ஒன்றில் வரும் 'ஸமதா' என்பதை விவரிக்கும்போது, 'சமத்வமாவது தன்னிடத்திலும் பிறரிடத்திலும் ஒரு நிகரான புத்தியுடைமை' என்று இராமாநுசர் விளக்கம் தருகிறார். அந்த விளக்கம் வெறும் 'அறிவு விளக்கமாக' இல்லாமல் 'வாழ்வியல் விளக்கமாக' அமைந்ததைத்தான் இத்தகைய நிகழ்ச்சிகள் நமக்கு எடுத்துக் காட்டுகின்றன.

எதிராசரின் 'ஏற்றம்'

இராமாநுசர் தம் முதலிகளுடன் திருமலைக்குச் (திருவேங்கடம்) சென்ற போது, வழி தவறிவிட்டது. அப்போது அங்கு ஏற்றம் இறைத்துக் கொண்டிருந்த ஒருவன், அவர்களுடன் சிறிது தொலைவு நடந்துவந்து சரியான வழியைக் காட்டினான். அவன் கீழ்க் குலத்தவன் என்று பாராமல் அவன் கால்களில் விழுந்து வணங்கினார் இராமாநுசர். சீடர்களையும் வணங்குமாறு ஆணையிட்டார். 'சீடர்களுக்கு இது பிடிக்கவில்லை' என்பதை அவர்களின் முகக் குறிப்பால் கண்டு கொண்ட இராமாநுசர், அவர்களிடம், 'இவன் நம்மைக் காட்டிலும் ஏற்றம் உள்ளவன்' என்றார் சிலேடையாக. அவர் தொடர்ந்து சொன்னார்: 'சாதி உங்கள் கண்களை மறைக்கிறது. இந்தப் பாகவதன் இன்று நமக்குப் 'பெருநல் உதவி' புரிந்திருக்கிறான். திருமலைக்கு வழி காட்டியிருக்கிறான். திருமலையப்பனோ நமக்கு மோக்ஷத்துக்கு வழி காட்டுபவன். இவ்வாறு இறைவனிடத்தே நம்மை ஆற்றுப் படுத்தியவன் நமக்கு ஆசார்யன் அல்லவா? எனவே, இவனை வணங்குவது எப்படிக் குற்றமாகும்?' என்றார். இப்படி இராமாநுசர் செயற்படுத்திக் காட்டிய சமத்துவம்தான் வைணவத்தை மக்கள் இயக்கமாக மாற்றியது.

பெண்களை மதித்த பெருந்தன்மை

தென்பாண்டி நாட்டு யாத்திரையின்போது ஒவ்வொரு திருப்பதிகளாக வணங்கிக் கொண்டுவந்த இராமாநுசர், திருப்புளிங்குடி இறைவனைத் தொழுத பின்னர், நம்மாழ்வாரின் பிறப்பிடமான திருக்குருகூர் நோக்கிப் புறப்பட்டார். எதிர்ப்பட்ட பெண்கள் இருவரைப் பார்த்து, 'திருக்குருகூர் இன்னும் எவ்வளவு தொலைவு?' என்று விசாரித்தார். அந்தப் பெண்களில் ஒருத்தி சிரித்துக்கொண்டே, 'சுவாமிக்குத் திருவாய்மொழி பாடம்தானே' என்று கேட்க, உடையவரும், 'ஆமாம்' என்றார். உடனே அவள், 'கூவுதல் வருதல் *(9.2.10)* - என்ற பாசுரம் தெரியாதா?' என்று கேட்டாள். 'தெரியும் தெரியும்' என்று இருமுறை சொல்லி அவர்களைப் பணிந்து வணங்கினார் இராமாநுசர். 'பாசுரம் முன்பே தெரியும். புளிங்குடியிலிருந்து குருகூர் எவ்வளவு தூரத்தில் இருக்கிறது? என்பது இப்போது தெரியும்' என்பது இதன் கருத்தாகும். 'கூவுதல் வருதல்' என்னும் ஆழ்வார் பாசுரத்திலிருந்து, 'திருக்குருகூர் கூப்பிடு தூரத்தில் இருக்கிறது' என்பதை ஊகித்துக் கொண்டார் உடையவர். இதுவரை புலப்படாத பொருள்நயம் அந்தப் பெண்களால் கிடைத்த சிறப்பினை எண்ணி அவர் உள்ளம் பூரித்தார்.

திருக்குருகூரிலிருந்து திருக்கோளூருக்குச் சென்றபோது, அவ்வூரி லிருந்து எதிரே வருகின்ற பெண்ணொருத்தியைக் கண்டார் இராமாநுசர். 'அவளோடு உரையாடுவதன் மூலம் ஆழ்வார் பாசுரப் பகுதிக்கு முன்போலத் தமக்குப் புலப்படாத புதுப் பொருள் கிடைக்கக் கூடும்' என்று கருதினாரோ என்னவோ? அவளிடம் பேச்சுக் கொடுத்தார்.

'அவள் திருக்கோளூரிலிருந்து வருகின்றாள்' என்று தெரிந்து கொண்டதால், 'அம்மா! 'புகும் ஊர் திருக்கோ ளூரே' என்று ஆழ்வார் (திருவாய்மொழியில் 6.7.1) பாசுரமிட்டிருக்கிறாரே; உனக்கு மட்டும் அது 'போகும் ஊர்' ஆயிற்றோ?' என்று வினவினார்.

உடையவர் அப்படிக் கேட்டதுமே பட்டென்று பதில் வந்தது அவளிடமிருந்து. 'முயல் புழுக்கை வரப்பிலே கிடந்தால் என்ன? வயலிலே கிடந்தால் என்ன? ஞானமில்லாத அடியவளாகிய நான், கோளூரில் இருந்தால் என்ன? வேற்றூரில் இருந்தால் என்ன?' என்றாள். அதனை மேலும் விளக்குவதுபோல எண்பத்தொரு வாக்கியங்களில் தன் கருத்துகளை வெளியிட்டாள். அவை யாவும் நாட்டார் மொழிநடையில் அமைந்தவை.

'அழைத்து வருகிறேன் என்றேனா அக்ரூரரைபோலே'
'அந்தரங்கம் சொன்னேனா திரிசடையைப்போலே'

'பிஞ்சாய்ப் பழுத்தேனா ஆண்டாளைப்போலே'
'அவன் சிறியன் என்றேனா ஆழ்வாரைப்போலே'
'ஆயனை வளர்த்தேனா அசோதையாரைப்போலே'

என்பன அவற்றுள் சில.

இவை யாவும் வைணவப் பெரியோரின் வாழ்க்கை நிகழ்ச்சிகளையும் அவர்தம் வாய்மொழிகளையும், அவர்களின் வாழ்வில் பொதிந்து கிடக்கும் உண்மைகளையும், இதிகாச புராண நிகழ்ச்சிகளையும் உள்ளடக்கியவை. இவற்றைத் தொகுத்து, 'திருக்கோளூர்ப் பெண்பிள்ளை இரகசியம்' என்று வைணவர்கள் கொண்டாடு கின்றனர். குரு பரம்பரைக் கதைகளிலும் இந்நிகழ்ச்சி பதிவு செய்யப் பட்டுள்ளது.

பெண்களையும் 'எளிய சாதி'யினராகக் கருதி அவர்களை அறிவுலகத்தினின்றும் ஒதுக்கி வைத்த காலம் ஒன்று உண்டு. அறிவில் குறைந்த 'ஏழையராக' அவர்களைத் தவறாக எடை போட்டதும் உண்டு.

இந்நிலையில் இராமாநுசர் அவர்களை மதித்துப் போற்றி அவர்களிடமிருந்து உயரிய கருத்துக்களை வருவித்து - அவர்களின் பெருமையை உலகுக்கு உணர்த்தினார் என்பதை நாம் இங்கு நினைவில் கொள்ள வேண்டும்.

இப்படி அவர் பெண்களை மதித்துப் போற்றியதனாலே தமிழகத்தின் பல பகுதிகளிலிருந்தும் திருவனந்தபுரத்தம்மை, திருவாட்டாற்றம்மை, திருவண்பரிசாரத்தம்மை, கொங்குப் பிராட்டி எனப் பெண்களின் திருக்கூடம் ஒன்றும் அவர் சீடர் குழுவில் இடம் பெற்றதை அறிய முடிகின்றது.

இச்சீடர்களிடையே உடையவருக்கிருந்த பெருமதிப்பினை இங்கு எடுத்துக்காட்டுவது பொருத்தமாகும்.

திரிபுராதேவியார் என்பவர் எம்பெருமானுடைய சிஷ்யைகளுள் ஒருவர். அவரைப் பார்த்து, 'ஸ்ரீவைஷ்ணவர்களாகிய நீங்கள் ஸ்ரீமந் நாராயணனே பரம்பொருள் என்று உறுதிகொண்டிருப்பதற்குக் காரணம் என்ன? எல்லாப் பிரமாணங்களும் அவனே பரம்பொருள் என்று கூறுவதால் தானோ?' என்று ஒருவர் வினவினார். அதற்குத் திரிபுராதேவியார், 'அப்படியெல்லாம் இல்லை. எங்கள் ஆசார்யருடைய உகப்பிற்கு இலக்கான பொருளே எம்மாலும் கைக்கொள்ளத் தக்கது. எங்கள் எம்பெருமானார் யாரைப் பரம்பொருளாகக் கொண்டிருக் கிறாரோ, அந்தத் தேவதையே எங்களுக்கும் பரம்பொருள்.

எம்பெருமானார் காடிச்சால் மூலைத் திசைக்கு அதிபதியான தேவதையைப் பரம்பொருள் என்று கொண்டாலும் எங்களுக்கும் அவனே பரம்பொருள்' என்றாராம்.

இதனால் அக்கால மகளிரிடையே உடையவருக்கு இருந்த செல்வாக்கினையும் நாம் உணர முடியும்.

சாதாரண மக்களுடன் சங்கமம்

உடையவர் ஆழ்வார் திருநகரி என்னும் திருக்குருகூருக்குச் சென்றிருந்த போது நடந்த நிகழ்ச்சி ஒன்று அவர் எளிய மக்களிடம் கொண்ட ஈடுபாட்டுக்கு எடுத்துக்காட்டாகிறது.

பொருநைத் துறையில் நீராடித் திருமண் காப்பு அணிந்துகொண்டு, 'ஆழ்வார் - ஆதிநாதன் திருக்கோயில்' நோக்கிப் புறப்பட்டார் இராமாநுசர். சுற்றிலும் சீடர் குழாம். அப்போது அவரை நோக்கி வந்து, அவர் திருவடிகளில் விழுந்து வணங்கிய ஈரங்கொல்லி (சலவைத் தொழிலாளி) ஒருவன், தன் மக்கள் நால்வரையும் இராமாநுசரை வணங்குவதற்கு வருமாறு பெயர் சொல்லி அழைத்தான். 'சடகோபா! காரிமாறா! வகுளாபரணா! குருகூர் நம்பி!' என்று ஒவ்வொருவர் பெயரையும் சொல்லி அவன் அழைத்ததைக் கேட்டார் எம்பெருமானார். நம்மாழ்வாரின் திருப்பெயர்கள் அவை. அப்பெயர்களையிட்டு அவன் பிள்ளைகளை அழைப்பதைக் கேட்ட இராமாநுசர் ஒரு கணம் திகைத்து நின்றார். காரணம் தெரியாமல் அருகிருந்தோர் அவர் முகம் பார்த்து நிற்க, உடையவர் அவர்களை நோக்கிச் சொன்னார்.

'இந்த ஈரங்கொல்லியைப்போல இல்லறத்தைத் தழுவி, தேனூறும் ஆழ்வார் திருப்பெயர்களைப் பிள்ளைகளுக்கு இட்டு வாயார அழைப்பதன் மூலம் நாவூறி நிற்கும் பேறு பெற்றேன் இல்லையே; இப்படிக் காவி தாங்கி நாள்களைக் கழித்தேனே' என்றாராம்.

சலவைத் தொழிலாளி ஒருவனின் வாழ்க்கையும், 'நல்ல பதத்தால் மனை வாழும்' சிறந்த வாழ்க்கையாக இருப்பதை அவர் கண்டார். கண்டு, மனமுவந்து போற்றினார். 'நால்வகைச் சாதியினரும் நாராயணன் மக்களே' என்று அவர் கொண்ட கொள்கையின் விளைவு இது.

சமய, தத்துவ உலகின் ஒப்பற்ற மேதையாக விளங்கியவர் அவர். அவரது மேதைமையைக் கலைமகளே கொண்டாடியதாகக் குரு பரம்பரைக் கதைகள் கூறும். அத்தகைய பேரறிஞர் எளிய மக்களோடு கொண்டிருந்த உறவும் இணக்கமும் அவர் வாழ்வில் எப்போதோ

உணர்வுபூர்வமாக மட்டுமே தோன்றி மறைந்தவைகள் அல்ல. சமுதாயம் புறக்கணித்து ஒதுக்கிய அடித்தட்டு மக்களையும் அரவணைக்கும் பாங்கு அவரிடம் இயல்பாகவே அமைந்திருந்தது. திருக்குருகூரில் வண்ணான் ஒருவன் செயலை மற்றவர் முன்னிலையில் மனமார மதித்துக் கொண்டாடிய அவர், திருவரங்கத்தில் அத்தகைய சலவைத் தொழிலாளி ஒருவனுக்காக இறைவன் முன்னர்ப் பரிந்து பேசியதைப் பார்க்கிறோம்.

ஒருநாள் வண்ணான் ஒருவன்[5] திருவரங்கம் பெரிய கோயிலில் எழுந்தருளியிருக்கும் இறைவனுடைய (அழகிய மணவாளன்) ஆடைகளைத் (திருப்பரிவட்டங்கள்) மிக நன்றாகத் துவைத்து வெளுத்துக் கொண்டுவந்து எம்பெருமானாரிடம் காட்டினான். அவைகளைக் கண்ட எம்பெருமானார் மிகவும் மகிழ்ச்சிகொண்டார். அவ்வண்ணான் கையைப் பிடித்து அழைத்துக்கொண்டு பெருமாள் சந்நிதி நோக்கிச் சென்றார்; இறைவன திருமுன்னே அவனை நிறுத்தினார். பெருமாளைப் பார்த்து, 'நாயந்தே![6] இவன் தேவரீருடைய திருவரைக்குத் தகுதியாக ஆடைகளை மிக அழகாக வெளுத்துக் கொண்டு வந்திருப்பதைக் கண்டருள வேண்டும்' என்று அவ்வாடைகளை அழகிய மணவாளனுக்குக் காட்டினார். இறைவனும் மிக மகிழ்ந்தவனாய் உடையவருக்கு அருள்பாடு[7] செய்தருளி, 'இவ்வண்ணானுக்காகக் கம்சனுடைய வண்ணான் முன்பு நம்மிடத்தில் செய்த குற்றத்தைப் பொறுத்தோம்' என்று அருளிச் செய்தானாம். திருவாய்மொழி ஈட்டுரை சொல்லும் செய்தி இது.

சலவைத் தொழிலாளின் கையைப்பற்றி அழைத்துக் கொண்டுபோய் அவனை இறைவனுக்கு முன்னால் நிறுத்திய உடையவரின் செயலை நாம் ஒரு கணம் நெஞ்சில் நிறுத்திப் பார்க்க வேண்டும்.

இவ்வாறு தென்னரங்கனிடத்தே பரிந்து பேசிய உடையவர், தும்பையூர்க் கொண்டி என்னும் ஆய்மகள் ஒருத்திக்காகத் திருவேங்கடமுடையானுக்குப் பரிந்துரைக் கடிதம் கொடுத்ததையும் பார்க்கிறோம்.

இராமாநுச மடத்துக்குத் தயிர் கொடுத்து வந்த அந்தப் பெண், தயிருக்கு விலை பெற மறுத்து, ஒரு விசித்திரமான கோரிக்கையை வைத்தாள். தனக்கு நற்கதி கொடுக்குமாறு திருவேங்கடமுடையானுக்குக் கைச் சாத்திட்டு ஓலை தருமாறு வேண்டிக்கொண்டாள். உடையவரும் அதைப் புறக்கணிக்காமல் அவள் நம்பிக்கையை மதித்து, அவள் விரும்பியவாறே, ஓலை நறுக்கொன்றில் எழுதிக் கொடுத்தார். எத்தகைய கருணை உள்ளம் அவருக்கு!

இப்படி எளியோரையும் மதித்து அவர்தம் இதயத்தில் புகுந்த சீலத்தை நினைந்தே 'இன்புற்ற சீலத்து இராமாநுச' என்று தம் நூற்றந்தாதியில் (107) மனமாரக் கொண்டாடினார் அமுதனார்.

தொண்டக் குலமே தொழுகுலம்

இந்த அருள் நெஞ்சம்தான் பொங்கும் பரிவோடு, ஹரிஜனங்களுக்குத் திருக்குலத்தார் என்ற பெயர் சூட்டியது; ஆலய நுழைவுக்கும் அனுமதி தந்து மகிழ்ந்தது.

இறையடியார் எவரும் தம் பண்டைக் குலம் நீங்கித் தொண்டக் குலமாகி விடுகிறார்கள் என்பது இராமாநுசரின் கொள்கை. இத்தொண்டக் குலத்தினருள் தாழ்த்தப்பட்டவர்களைத் திருக்குலத்தார் என்று பெயரிட்டு அழைத்தால் மட்டும் போதுமா? 'நுரை தின்று பசியாறுமா?' செயல் வீரரான இராமாநுசர் சாதிக் கட்டுப்பாடுகளைத் தளர்த்தி - திருநாராயணபுரத்துக் கோயிலில் - ஆண்டுதோறும் மூன்று நாள் ஹரிஜனங்களுக்கு ஆலயப் பிரவேச உரிமையளித்தார். இராமாநுசரின் வாழ்க்கை வரலாற்றை எழுதிய சுவாமி இராமகிருஷ்ணானந்தா, ஆட்கொண்டவில்லி கோவிந்தாசார்யர், சி.ஆர். சீனிவாச ஐயங்கார் போன்றோர் இதனை உறுதி செய்துள்ளனர். இவ்வாறு ஹரிஜனங்கள் கோயிலுக்குள் செல்லும் சந்தர்ப்பங்களில் அவர்கள் தொடும்படி நேர்ந்து விட்டாலும் பிராமணர்கள் குறைகூறக் கூடாது - என்று இராமாநுசர் விதித்திருந்தார் என்பதையும் ஆட்கொண்ட வில்லி கோவிந்தாசார்யர் குறிப்பிட்டிருக்கிறார்.

செருக்கறுத்த செம்மல்

இராமாநுசரின் இத்தகைய சீர்திருத்தம் அக்காலத்தில் வாழ்ந்த அந்தணர் சிலரின் அக இருளை அகற்றியது. 'சாதியில் நாம் உயர்ந்தவர்' என்னும் செருக்கினை அகற்றுவது எளிய செயல் அல்லவே!

இதற்கேற்பவே தம் சீடர்களையும் அவர் பக்குவப்படுத்தினார். சிறந்த கல்விமானாகவும் செல்வராகவும் உறவு முறையில் தம் சகோதரி மகனாகவும் இருந்த முதலியாண்டான் என்னும் உத்தம சீடரை அத்துழாயின்[8] புகுந்த வீட்டுக்குச் சீதன வெள்ளாட்டி (வேலைக்காரி)யாக அனுப்பிச் சாதனை படைத்தவர் இராமாநுசர். முதலியாண்டானும் தம் ஆசார்யன் கட்டளைப்படி அத்துழாயின் புக்ககம் சென்று பணிப் பெண் செய்யக்கூடிய எல்லா வேலைகளையும் சலிப்பின்றிச் செய்தார். எதையும் அவர் இழிவாகக் கருதவில்லை. அத்துழாயின் மாமன் - மாமியார் உண்மையறிந்து அதிர்ச்சியடைந்து அவரை மடத்துக்குத் திருப்பியனுப்பும்வரை அப்பணிகளை யெல்லாம் உவப்புடனே செய்து வந்தார்.

இராமானுசர் கற்றதும் தம் சீடர்களுக்குக் கற்பித்ததும் வெறும் ஏட்டுக் கல்வி மட்டுமல்ல என்பதற்கு இந்நிகழ்ச்சி ஓர் எடுத்துக்காட்டு.

உடையவர் உருவாக்கிய 'நல்லான்'

அக்காலத்தில் திருமலைநல்லான் சக்கரவர்த்தி என்பார் நீலகிரிப் பகுதியில் வாழ்ந்த திருமால் அடியார் ஆவார். இராமானுசரின் சீடர் அவர். குருவின் கொள்கைளை நடைமுறைப்படுத்தியவர் நல்லான். அவருக்கு 'நல்லான்' என்னும் பெயர் ஏற்பட்டதற்கு ஒரு காரணம் உண்டு.

ஒருமுறை நல்லான் சக்கரவர்த்தி ஆற்று நீரில் மிதந்து வந்த - தீண்டத் தகாதவராக அறியப்பட்ட - பாகவதர் ஒருவரின் பிணத்தை எடுத்து இறுதிச் சடங்குகளைச் செய்து புதைத்தார். அவ்வூர் அந்தணர்கள் அவரது செயல் கண்டு வெறுத்தனர்; முகம் சுளித்தனர்; சாதி வரம்பை மீறியதாகக் குறை கூறினர். ஊர் கூடிப் 'பொல்லான்' என்று அவரைப் பழித்தனர். அந்நிலையில் இறைவன் அர்ச்சகர் மூலமாக ஆவேசித்து, 'நாட்டுக்குப் பொல்லான்; நமக்கு நல்லான்' என்று அவர் பெருமையை ஊருக்கு உணர்த்தினானாம்.

இராமானுசரின் சீர்திருத்தம் இறைவனாலும் அங்கீகரிக்கப்பட்டதற்கு இது உதாரணம்.

முன்னோடி முயற்சிகள்

நம் காலத்தில் காந்தியடிகள் தாழ்த்தப்பட்ட மக்களைக் 'கடவுளின் குழந்தைகள்' என்னும் பொருளில் 'ஹரிஜனங்கள்' என்று அழைத்தார். அவர்களின் ஆலயப் பிரவேசத்திற்காகவும் போராடினார்.[9] இந்தியா சுதந்திரம் பெற்ற பின்னர்த் தீண்டாமை ஒழிப்பு, சட்ட ரீதியாக நடைமுறைக்கு வந்தது. என்றாலும் பல நூற்றாண்டுகளுக்கு முன்னரே தாழ்த்தப்பட்ட மக்களுக்காக இராமானுசர் தொடங்கி வைத்த பணிகள் ஒப்பற்றவை என்பதை நாம் நினைவில் கொள்ளவேண்டும். வைதிக மதத்தில் உள்ள பல கண்மூடிப் பழக்கங்கள் மண் மூடிப் போவதற்கு இராமானுசர் மேற்கொண்ட முன்னோடி முயற்சிகளாக இவற்றை நாம் மதிப்பிடுவது தவறாகாது.

'சொல்வதின் மதிப்பு செயலில்தான் என்று பரிபூரணமாக உணர்ந்தவர் இராமானுசர். தாமும் தம்முடைய உபதேச நெறியில் நின்று வைணவத்தை ஒரு பொதுஜன இயக்கமாக மாற்றிய - முதல் சமயத் தலைவர் இராமானுஜர்' என்று அவரை மதிப்பிடுகிறார் ஆர். பார்த்தசாரதி. இம்மதிப்பீடு துல்லியமானது என்பதை இதுவரை நாம்

சொல்லிய இராமாநுசரின் வாழ்க்கை நிகழ்ச்சிகளால் அறிந்து கொள்ளலாம்.

முக்தி சிலரின் சொத்து அன்று

முக்தி என்பது உயர்சாதி மக்களுக்கும் மெத்தப் படித்தவர்களுக்குமே உரியது என்ற கொள்கையை மாற்றிக் காட்டியவர் இராமாநுசர். இறைவனிடத்தில் பக்தி செய்யும் எளிய மக்கள் எவரும் முக்தியடையலாம் என்பது அவர் நம்பிக்கை. ஒரு முறை பிள்ளை உறங்காவில்லிதாசர் எழுப்பிய வினாவுக்கு அவர் கூறிய விடை இதனை உறுதி செய்கின்றது.

'விபீஷண சரணாகதி' குறித்துச் சீடர்களிடையே விளக்கிக் கொண்டிருந்தார் இராமாநுசர். அப்போது கூட்டத்துள் ஒருவராகக் கேட்டுக்கொண்டிருந்த வில்லிதாசர் எழுந்திருந்தார். 'இராமபிரான் திருவடிகளே தனக்குத் தஞ்சம் என்று வந்தவர் விபீடணன். அவனையும் இராமன் தரப்பில் உள்ள சிலர் சந்தேகித்தார்களே! கல்லும் தடியும் கொண்டு அடித்து நொறுக்கவும் ஆயத்தமானார்களே! அப்படியிருக்கத் தாழ்குலத்திற் பிறந்து தங்களை அண்டிய அடியேனும் வாழ்வு பெறுவேனோ?' என்றார்.

கண்களில் கருணை பொங்க அவரை ஏறிட்டு நோக்கினார் இராமாநுசர். அந்த நோக்கினைத் தொடர்ந்து, 'காரேய் கருணை முகில்' தம் அன்புத் தாரைகளைப் பொழியத் தொடங்கியது:

'பிள்ளாய்! அஞ்சாதே கொள்ளும் பேற்றினை. அதனை நான் பெற்றேனாகில் என் சம்பந்தத்தையிட்டு நீரும் பெறுகிறீர்! என் ஆசார்யர் பெரிய நம்முபி பெற்றாராகில் அடியேனும் பெறுகிறேன். நம்மாழ்வார் பெற்றாராகில் நாதமுனி தொடக்கமாக வரும் ஞான பரம்பரையில் நாமும் பெறுகிறோம். 'அவா அற்று வீடு பெற்ற குருகூர்ச் சடகோபன்' என்று ஆழ்வார் தம்மைப் பற்றிக் கூறிக் கொள்கிறாரே! அந்த அமுத வாக்கில் அவர் வீடு பெற்றமை தெளிவாகக் காணப்படுகிறது. முடிவற்ற ஒரு பொற்சங்கிலித் தொடராக நீண்டு வளர்ந்தது நம் பாகவத பரம்பரை. ஆழ்வார் காட்டும் ஆதிபகவனும் சாதாரண வாழ்க்கை நடத்தும் பாகவதர்களும் 'ஆசார்ய பரம்பரை சம்பந்தத்தால்' அந்தச் சங்கிலித் தொடரில் இருக்கிறார்கள்; இடம் பெறுகிறார்கள் - என்பதை வில்லிதாசரே! எங்ஙனம் மறந்தீர்? எனவே அஞ்ச வேண்டாம்' என்றார்.

மேலும் தொடர்ந்து கூறினார்: 'கமுகுக்குப் பாய்ச்சிய தண்ணீரைத் தோப்பில் உள்ள வாழையும் உண்டு மகிழும் அன்றோ?

விபீஷணனோடு நாலு பேர் வந்தார்களே! அவர்களை விலக்கி விபீஷணனை மட்டும் ஏற்றுக்கொள்ளவில்லையே? ஆன பின்பு, அடியேன் பெற்றேனாகில் என்னைப் பற்றிய நீரும் பெறுவீர்; 'ஏத்தியிருப்பாரை வெல்லுமே மற்றவரைச் சாத்தியிருப்பார் தவம்?' என்றன்றோ திருமழிசைப்பிரானும் அருளினார்! ஏத்தியிருந்தவர் ஸ்ரீபரதாழ்வான்; அவரைச் சாத்தியிருந்தவர் ஸ்ரீசத்ருக்கனாழ்வான். ஏத்தியிருந்தார் நம்மாழ்வார்; அவரைச் சாத்தியிருந்தார் மதுர கவிகள். ஏத்தியிருந்தார் பெரியாழ்வார்; அவரைச் சாத்தியிருந்தார் ஆண்டாள். இங்கெல்லாம் ஏத்தியிருந்தவர்களைக் காட்டிலும் அவரைச் சார்ந்திருந்தவர்களின் தவம் பெரிதன்றோ? ஆதலின் அஞ்ச வேண்டாம்' என்று 'அபய தானம்' செய்தருளினார் இராமாநுசர்.

இப்படிக்கருணைபொங்கப்பொங்கப்பிள்ளைஉறங்காவில்லிதாசருக்கு அவர் கூறிய விளக்கம் அடியார்களிடத்துப் 'பால் நினைந்தூட்டும் தாயினும் சாலப் பரிவு' கொண்டவர் என்பதை உணர்த்தும்.

சமய எல்லை தாண்டிய நட்புறவு

சாதி வேற்றுமையைக் கடந்த வைணவத்தை அடியார் அனைவர்க்கும் உரித்தாக்கிய இராமாநுசர் சமய எல்லையைத் தாண்டிய நட்புறவுக்கும் விதை தூவியிருக்கிறார்.

திருநாராயணபுரத்துக் கோயிலில் பீபி நாச்சியார் என்னும் தில்லி நவாபின் பெண்ணுக்கும் இடமளித்தார். அவளை இறைவனுக்கு மணம் புரிவித்து அது தொடர்பான விழாவையும் சிறப்பாக நடத்தினார். இதே முறையில் ஆழ்வார் பதின்மரும் பாடிய திருவரங்கத்திலேயே துலுக்க நாச்சியார் வழிபாட்டையும் உருவாக்கினார். இன்று அதிகமாகப் பேசப் பெறும் இந்து-முஸ்லீம் ஒற்றுமைக்கும் 'சமய நல்லிணக்கம்' என்பதற்கும் அன்றே அடிகோலியவர் அவர். வைதீகம் கோலோச்சிய காலத்தில் இராமாநுசர் அமைதியாகச் செய்த புரட்சிகள் இவை. இன்று சட்டத்தாலும் நீதிமன்றக் கட்டளைகளாலும் நடைமுறைப்படுத்தப்படும் பல சமூகச் சீர்திருத்தங்களை எதிர்ப்புகளுக்கிடையில் ஆரவாரமின்றிச் செய்து முடித்தவர் அவர். 'அவருடைய சட்டம் பகவத் பாகவத கைங்கர்யம்' என்றும், 'அவரது ஆயுதம் கடல் போன்ற கருணை' என்றும் சிறப்பித்துப் பேசுகிறார் சாண்டில்யன். இதில் இரண்டு கருத்துக்கு இடம் ஏது?

பன்முகப் பணிகள்

சமய தத்துவ நூல்களை வரைதல், பிற சமயத்தாருடன் வாதிட்டு வெற்றி கொள்ளுதல், வைணவத்தை மக்கள் இயக்கமாக வளர்க்கும்

முயற்சியில் ஓய்வின்றி ஈடுபடுதல், அதற்காக நாடு தழுவிய பயணம் மேற்கொள்ளுதல், ஆலய நிர்வாகத்தை ஒழுங்குபடுத்துதல், புதிய உற்சவங்களை உருவாக்கி நடத்தல், திவ்வியப் பிரபந்தக் கல்வியைப் பரப்புதல், சமயத்தின் பாதுகாவலர்களாகச் சிம்மாசனாதிபதிகளை நியமித்தல், அவர்களின் செயல்பாடுகளைக் கண்காணித்தல், நாடு முழுதும் உள்ள சீடர்களுக்கு வழிகாட்டுதல், புதிதாகத் தனிக் கோயில்களை அமைத்தல், மூர்த்திகளையும் ஆழ்வார்களையும் பிரதிட்டை செய்தல், தகுதி மிக்க அர்ச்சகர்களை உருவாக்குதல், காலத்தை வென்று நிற்கும் சமயமாக வைணவத்தை வளர்த்து நிலைபெறச் செய்தல் - ஆகிய பன்முகப் பணிகளைத் தனி ஒருவராக ஆற்றலோடு செய்துமுடித்தவர் இராமாநுசர். அவரது நீண்ட வாழ்நாளில் ஒருநாள் ஒருபொழுதும் பழுதாகாதபடி செயல்பட்டதன் விளைவுகள் இவை.

வெற்றியின் இரகசியம்

சிறு பணியும்கூடத் திருத்தமுறச் செய்யப்பட வேண்டும் என்பதில் மிகுந்த அக்கறை காட்டியவர் இராமாநுசர்.

> ‘பணிமானம் பிழையாமே அடியேனைப் பணிகொண்ட
> மணிமாயன்’

என்று திருவாய்மொழியில் ஓரிடத்தில் *(4.8.2)* இறைவனைக் கொண்டாடுகின்றார் ஆழ்வார். ‘கைங்கர்யம் (அடிமை) செய்வதில் ஒரு சிறிதும் குறை ஏற்படாமல் அடியேனைத் திருத்திப் பணி கொண்ட மணிமாயன்’ என்பது இதன் பொருளாகும். இவ்விடத்தில் ஈடு வியாக்கியானம் - உடையவரோடு தொடர்புடைய நிகழ்ச்சி ஒன்றை எடுத்துக் காட்டுகிறது.

ஒருமுறை எம்பெருமானார் எழுந்தருளியிருக்கிற மடத்தில் திருமாலடியார்களுக்கு உணவு வழங்கும் நிகழ்ச்சி (ததியாராதனம்) நடைபெற்றுக் கொண்டிருந்தது. அப்போது உடையவரின் சீடர்களுள் ஒருவரான கிடாம்பியாச்சான் என்பவர் தண்ணீர் பரிமாறிக் கொண்டிருந்தார். ததியாராதனங்களில் தண்ணீர் பருக விரும்புபவர் களுக்கு ஒருவர் தண்ணீரை ஒரு பாத்திரத்தில் எடுத்துக் கொண்டு அவரவர் வாயில் சிறிது சிறிதாக ஊற்றுவது வழக்கம். கிடாம் பியாச்சான தண்ணீர் கேட்ட ஒருவருக்கு நேரே நின்று பரிமாறாமல், ஒரு பக்கமாக இருந்து தண்ணீர் பரிமாற, தண்ணீர் கேட்டவரும் கழுத்தைச் சாய்த்துக் குடித்துக்கொண்டிருந்தார். இதைக் கண்ணுற்ற இராமாநுசர் ஓடிச் சென்று கிடாம்பியாச்சான் முதுகில் அறைந்து ‘நேரே நின்றன்றோ தண்ணீர் பரிமாற வேண்டும்? இப்படித் தண்ணீர்

பரிமாறினால் குடிப்பவர்க்குப் புரைக்கேறுமே!' என்று கடிந்து கொண்டார். இதனால் மகிழ்ச்சியே ஏற்பட்டது கிடாம் பியாச்சானுக்கு. 'இந்தச் சிறு விஷயத்தைக்கூடத் தேவரீர் கவனித்து அடியேனைத் திருத்திப் பணிகொள்வதே!' என்று நினைந்து எம்பெருமானாரின் திருமுகம் நோக்கிப், 'பணிமானம் பிழையாமே அடியேனைப் பணி கொண்ட மணிமாயன்' என்று கொண்டாடினாராம்.

இராமாநுசர், 'வெற்றி வீர'ராகத் திகழ்ந்ததன் சூட்சுமத்தை இக்குறிப்பு நமக்குத் தெளிவுபடுத்துகின்றது. 'சிறு துளி பெரு வெள்ளம்' ஆவது போல அவர் செயல்கள் யாவும் மகத்தான பணிகளாக உயர்ந்ததன் இரகசியத்தை இதனால் உணர்ந்து கொள்ளலாம்.

செயல்! செயல்! செயல்!

'செய்வன திருந்தச் செய்ய வேண்டும்' என்று உடையவர் தமக்கு உணர்த்தியதைத் திருவாய்மொழிப் பாசுரத் தொடரால் சுட்டிக் காட்டினார் சீடர் கிடாம்பியாச்சான்.

ஆசார்யரான உடையவரோ, திருவாய்மொழிப் பாசுரம் ஒன்றைச் சீடர்களுக்குக் கற்பித்தபோது, இது கற்பதற்கு மட்டுமன்றி கற்றபடி செய்வதற்கும் உரியது என்னும் முடிவுக்கு வந்தார். அதனைச் செயற்படுத்த அனந்தாழ்வான் என்னும் சீடரும் முன்வந்தார்.

உடையவர் ஒருமுறை 'ஒழிவில் காலமெல்லாம்' என்னும் திருவாய்மொழிக்குப் பொருள் கூறிக்கொண்டிருந்தார். அப்பதிகத்தில் இடம் பெறும் 'சிந்துபூ மகிழும் திருவேங்கடம்' என்னும் தொடருக்கு அர்த்தம் அருளிச் செய்யும் சமயத்தில் கூடியிருந்த முதலி(சீடர்)களைப் பார்த்து, 'புஷ்ப மண்டபமான பெரிய திருமலையில் அப்பனுக்கு உகப்பாகத் திருநந்தவனம் அமைத்துத் திருமாலை கட்டிச் சாத்துவார் யாரேனும் இங்கு உளரோ?' என்று கேட்க, குளிர் அருவி வேங்கடம் ஆகையினாலே குளிருக்கு அஞ்சி ஒருவரும் விடை கூறாதிருந்தனர். அனந்தாழ்வான் எழுந்திருந்து, 'தேவரீர் கட்டளையிட்டால் அடியேன் திருமலைக்கு விடை கொள்ளுகிறேன்' என்று வணங்கி நின்றார். அது கேட்டு மகிழ்ந்த எம்பெருமானார், 'இக்கூட்டத்துள் நீர் ஒருவரே ஆண் பிள்ளை! நம்முடைய ஆசார்யரான ஆளவந்தார் முன்பு ஒருமுறை திருமலையில் சில நாள்கள் தங்கியிருந்து கோயிலுக்கருகில் குடில் அமைத்துத் திருவேங்கடமுடையானுக்கு மாலை கட்டிச் சாத்திக் கொண்டிருந்தார். நீர் சென்று அவ்விடத்தில் ஒரு மண்டபம் கட்டுவித்து அதற்கு யமுனைத் துறைவர் என்று திருநாமம் சாத்தி, அதில் ஆளவந்தாரை அர்ச்சை வடிவில் எழுந்தருளச் செய்து வழிபட்டுக் கொண்டே, உமது தோட்டத்தில் பூத்த

மலர்களையெல்லாம் கொண்டு அம்மண்டபத்திலே மாலையாகக் கட்டி, ஆளவந்தார் போலவே பெருமாளுக்குச் சமர்ப்பித்துக் கொண்டிருப்பீராக' என்று அனந்தாழ்வானுக்குக் கட்டளையிட்டார். அவரும் உடனே திருமலைக்குப் புறப்பட்டுச் சென்று நிலத்தைப் பண்படுத்தித் திருநந்தவனம் உண்டாக்கி அதற்கு 'இராமாநுசன்' என்ற திருநாமமிட்டுப் பலவகை மலர்கள் பூக்கும் செடிகளையும் மரங்களையும் வளர்த்து, உடையவர் கருத்தின்படி திருமாலைத் தொண்டு செய்து வந்தார். இராமாநுசரும் திருமலை யாத்திரையின் போது அந்த நந்தவனத்தையும் அனந்தாழ்வானுடைய திருத்தொண்டையும் கண் குளிர நோக்கி மிகவும் மகிழ்ந்து, **'வளர்த்ததனால் பயன் பெற்றேன்'** என்று அவரைத் தழுவிக் கொண்டாராம். இந்நிகழ்ச்சி, ஆழ்வார் வாக்கினுக்கேற்பச் செயல் பட்ட அவரின் வினைத் திறத்தையே காட்டுகிறது.

இத்தகைய செயல்பாட்டுக்கு மேலும் ஓர் உதாரணமும் காட்டலாம்.

'நாறுநறும்பொழில் மாலிருஞ்சோலை நம்பிக்குநான்
நூறுதடாவில் வெண்ணெய் வாய்நேர்ந்து பராவிவைத்தேன்;
நூறுதடா நிறைய அக்கார அடிசில் சொன்னேன்;
எறுதிருவுடையான் இன்றுவந்து இவை கொள்ளுங்கொலோ?'

என்பது நாச்சியார் திருமொழிப் பாசுரமாகும். இதில் ஆண்டாள் திருமாலிருஞ்சோலை அழகருக்கு நூறு தடா நிறைந்த வெண்ணெயும் நூறு தடா நிறைந்த அக்கார அடிசிலும் படைப்பதாக அருளிச் செய்துள்ளாள். இப்படி வாயால் நேர்ந்து பரவியதைச் செயல் படுத்தியதாகச் செய்தியில்லை. அவள் வேண்டிக்கொண்ட பிரார்த்தனையை அடியார் குடியில் (பிரபந்நகுடி) வந்தவராகிய எம்பெருமானார் நிறைவேற்றித் தலைக்கட்ட[10] வேண்டும் என்று நினைத்தார். நினைத்தபடியே திருமாலிருஞ்சோலைக்குச் சென்று, அழகருக்கு நூறு தடா வெண்ணெயும் நூறு தடா அக்கார அடிசிலும் படைத்தார். இப்படி ஆண்டாளின் விருப்பத்தை நிறைவேற்றி வைத்த பின்னர் உடையவர் ஸ்ரீவில்லிபுத்தூர் சென்று ஆண்டாளின் திருவடி களை வணங்கி நின்றார். அப்போது - தம் நினைவறிந்து இவர் செய்த செயலுக்கு மனமுகந்த ஆண்டாள் - அர்ச்சை நிலையையும் கடந்து சில அடிகள் முன்னே நடந்து வந்து, இராமாநுசரைப் பார்த்து, 'நம் அண்ணரே' என்று அழைத்தாளாம். தங்கையின் விருப்பத்தை நிறைவேற்றி வைப்பது தமையன்மார் கடமையன்றோ? இதனாலேயே எம்பெருமானாரைத் தமக்குத் தமையனாகக் கருதி, 'அண்ணரே' என்று அழைத்தாள் ஆண்டாள். இந்நிகழ்ச்சியைக் கருத்திற் கொண்டு,

'பெரும்பூதூர் மாமுனிக்குப் பின்னானாள் வாழியே!'

என்று ஆண்டாளைக் கொண்டாடுகிறது வைணவ உலகம். காலத்தால் முற்பட்ட ஆண்டாளை உடையவர்க்குப் பின்வந்த தங்கையாகக் குறிப்பிடுவது ஒரு வரலாற்று முரணே ஆகும். ஆயினும் உடையவரின் செயல் திறத்தையே பெரிதாக மதித்து, அவருக்கு உணர்ச்சிப்பூர்வமாக வழங்கப்பட்ட ஒரு தனிப் பெருமையாகவே இதைக் கொள்ள வேண்டும். 'வரலாறு கூறும் உண்மை' என்னும் அறிவைப் புறம் தள்ளி, இலக்கிய சிம்மாசனத்தில் 'உணர்ச்சி' கம்பீரமாகக் கொலு வீற்றிருக்கும் இடம் இது. வினைத்திறத்தால் உடையவரின் வாழ்க்கை உயர்ந்தோங்கி நிற்பதற்கு இந்நிகழ்ச்சி ஓர் அரணாகிறதே தவிர முரண் இல்லை.

இடைவிடாத் தொடர் முயற்சி

எண்ணிய இலக்கை அடைந்தே தீருவது என்னும் விடாமுயற்சியுடன் செயல்பட்டவர் இராமாநுசர். அவர் வாழ்வில் பெற்ற பெருவெற்றிகளுக்கு அதுவே காரணம். அவர் பணிகள் யாவும் பெரும் பணிகளாய் அமைந்து பாரினை உயர்த்தியதற்கும் அதுவே அடிப்படை.

எப்போதும் இடைவிடாத் தொடர் முயற்சியுடன் செயல் புரிந்ததை அவர் வாழ்வின் எல்லாக் கட்டங்களிலும் கண்டுணரலாம்.

யாதவரிடம் மாணாக்கராக இருந்தபோதே அவருடன் காசி யாத்திரை தொடங்கி விந்திய மலைச் சாரல்வரை சென்று திரும்பியவர் அவர். பின்னர் பெரிய நம்பியோடு ஆளவந்தாரைக் காண்பதற்காகக் காஞ்சியிலிருந்து திருவரங்கம் வந்து சென்றார். அதன் பின்னர்த் தாம் மட்டும் திருவரங்கம் வரும் வழியில் மதுராந்தகத்தில் பெரிய நம்பியைச் சந்தித்து அவரோடு காஞ்சிக்குத் திரும்பிச் சென்றார். அதனையடுத்துத் துறவு பூண்ட பின்னர் மூன்றாம் முறையாக அரையரோடு திருவரங்கம் வந்து அத்திருப்பதியே இருப்பாகப் பெற்றார். அங்கிருந்து நம்பியிடம் ரகஸ்யார்த்தம் பெறுவதற்காகப் பதினெட்டுமுறை திருக்கோட்டியூருக்குச் சென்று திரும்பினார். சமய வாழ்வில் எழுச்சியுற்ற நிலையில் இந்திய நாடு முழுதும் சுற்றுப் பயணம் செய்தார். தெற்கில் திருவனந்தபுரம் முதல் வடக்கில் காஷ்மீரம் வரை என அப்பயணம் அமைந்தது. திவ்விய தேசங்களைத் தரிசிக்கவும், சமயவாதிகளை வெற்றி கொள்ளவும், போதாயன விருத்தி போன்ற தத்துவ நூல்களைத் தேடிப் பெறவும் அத்தகைய நெடிய பயணங்களை அவர் பயன்படுத்திக் கொண்டார். 'திக்குற்ற கீர்த்தி இராமாநுசன்' (26) என்று அமுதனார் பாடியதற்கேற்பத்

திசையெட்டும் அவரின் புகழ் பரப்பும் யாத்திரைகளாகவே அவை அமைந்தன. ஏறக்குறைய எண்பதாம் வயதில் சோழனால் ஏற்பட்ட இடையூறு காரணமாகத் திருவரங்கத்திலிருந்து வெள்ளையுடுத்து வெளியேறினார். கொங்கு நாடு மற்றும் நீலகிரிக் காடுகளின் வழியாக மைசூரையடுத்துள்ள மேல்கோட்டை என்னும் இடத்தை அடைந்தார். விட்டல தேவன் என்னும் அரசனுடைய ஆதரவைப் பெற்றுத் திருநாரணனுக்குக் கோயில் கட்டி அங்குப் பத்தாண்டுகளுக்கு மேலாகத் தங்கியிருந்தார். முஸ்லீம் படையெடுப்பால் கவர்ந்து செல்லப் பெற்ற உற்சவ மூர்த்தி ராமப் பிரியனைப் பெறுவதற்காகத் தில்லி வரை சென்று திரும்பினார். 'சோழன் மறைந்தான்' என்னும் செய்தி கேட்டுத் திருவரங்கம் மீண்டார். அப்போது அவருக்கு வயது நூறு என்பர். அந்த வயதிலும் அவர் எப்போதும்போலவே செயல்பட்டார்; பயணங்களை மேற்கொண்டார். முன்பு திருமலைக்கு இருமுறை சென்றுவந்த இராமாநுசர் மேல்கோட்டையிலிருந்து திரும்பிய பின்னர், திருப்பதிக்குச் சென்று சோழனால் அகற்றப்பட்ட தில்லைச் சித்திரகூடத்துப் பெருமாளை அங்குப் பிரதிட்டை (கீழ்த் திருப்பதியில்) செய்தார்.

> 'தென்தில்லைச் சித்திர கூடத்தென் செல்வனை
> மின்னி மழைதவழும் வேங்கடத்தென் வித்தகனை'

என்று திருமங்கையாழ்வார் தில்லைக் கோவிந்தராசனுக்கும் திருவேங்கடமுடையானுக்கும் ஒற்றுமை தோன்றப் பெரிய திருமடலில் (124) அருளிச் செய்திருக்கும் கருத்தினை உய்த்துணர்ந்து உடையவர் இங்ஙனம் செய்ததாகக் கூறுவர்.

இவ்வாறு வாழ்நாள் முழுக்கச் 'செயல், செயல் செயல்' என வாழ்ந்த ஞானப் பெருவீரர் இராமாநுசர். உலக வாழ்வின் ஒட்டுப் பற்றுக்களை விட்டு விலகிச் 'சும்மா' இருக்கும் துறவு அவர் அறியாதது. மானுடத்தை மேம்படுத்தி வையத்தாரை வாழ்வாங்கு வாழ்விக்கும் துறவு வாழ்க்கையே அவர் அறிந்த வாழ்க்கை; மண் பயனுற வாழ்ந்த வாழ்க்கையாகும்.

அவரது 'திருவரங்கம் - திருக்கோட்டியூர்ப் பயணம்' பற்றிய ஒரு சிறிய கணக்கே அவர் பெரு முயற்சியாளர் என்பதை நமக்குப் புலப்படுத்தும். திருக்கோட்டியூர்நம்பி 'அப்புறம், பிறகு' என்று பதினெட்டு முறை அலைக்கழித்தபோதும் அவரிடத்தே வெறுப்புக் கொள்ளவில்லை இராமாநுசர். சோர்வடையவும் இல்லை. சீரிய நற்பொருளை அறிவதில் அவருக்குள்ள ஊற்றத்தை அறியவே இப்படிச் சோதனைக்குட்படுத்தினார் நம்பி. அந்தச் சோதனையில் புடம் போட்ட பொன்னாகவே ஒளிர்ந்தார் - மிளிர்ந்தார் இராமாநுசர்.

திருவரங்கத்திலிருந்து திருக்கோட்டியூர் சுமார் நூற்றிருபது கல் தொலைவு. சாலை வசதிகள் இல்லாத அக்காலத்தில் ஒருமுறை நடந்து செல்வதற்கு ஐந்து அல்லது ஆறு நாள்கள் ஆகக்கூடும். அவ்வாறே திரும்பிச் செல்ல ஆறு நாள்கள். இப்படிப் பதினெட்டு முறை - இருநூற்றுப் பதினாறு நாள்கள் பயணத்தில் செலவழித்திருக்க வேண்டும். சாதாரண மனிதனாயின் சலித்துப்போய் இடையிலேயே முயற்சியைக் கை விட்டிருப்பான். கருமமே கண்ணாகச் செயற்கரிய செய்யப் பிறந்த இராமாநுசர் அம்முயற்சியில் அசாதாரண வெற்றி பெற்று நம்பியின் பேரன்புக்கும் உரியவரானார்.

குருவிடம் நிகழ்ந்த மனமாற்றம்

இராமாநுசரை உபவாசம் இருக்கச் செய்து உயிர் துறக்கும் நிலைக்கு ஆளாக்கியவர் நம்பி. இராமாநுசரின் உடல்நிலை கண்டு, 'இப்படியும் இவரை ஈடழிக்கலாமா? இரங்கலாகாதோ?' என்று ஊரார் சிலர் நம்பியிடம் முறையிட்டனர். அப்போது, 'உயிரோடிருந்தால் என்னிடத்தே ரகஸ்யார்த்தங்களை அறிந்துகொள்வார். உயிர் நீங்கினால் மேல் வீட்டிலே[11] ஆளவந்தாரிடம் கேட்டறிவார். ஆகையால் பிரபந்நனுக்கு[12] உபய விபூதியிலும் நயமே அன்றிப் பயம் ஒருகாலும் இல்லை' என்றாராம். அத்தகைய பிடிவாதம் கொண்டவர் இராமாநுசரின் நன்னோக்கத்தையும் செயலார்வத்தையும் கண்டு, தாம் அவரிடத்தே முன்னர்க் காட்டிய கடுமைக்கு மாறாக அன்பினைப் பொழியத் தொடங்கினார். அவரை வலிய அழைத்துத் தாம் சொல்ல நினைத்த 'சரம சுலோகார்த்தம்' முதலிய நற்பொருளை அவருக்குச் சொல்லலானார். திருமாலையாண்டான், திருவரங்கப் பெருமாள் அரையர் போன்ற ஆளவந்தாரின் சீடர்களிடத்தும் கற்பன கற்றுத் தெளியுமாறு தூண்டினார். அவர்களையும் இராமாநுசருக்குக் கற்பிக்குமாறு வேண்டிக்கொண்டார். நாளாக ஆக, உடையவரிடத்தே நம்பி காட்டிய அன்பு பெருகி வெள்ளமிட்டது.

'பிச்சைக்குச் சென்றபோது நஞ்சு கலந்த உணவைப் பெற்ற இராமாநுசர் அன்றுமுதலாக உணவு கொள்ளாமல் உபவாசம் இருக்கிறார்' என்பதை அறிந்து மனம் பதறித் திருவரங்கத்திற்கு விரைந்து வந்தார் திருக்கோட்டியூர்நம்பி. தம் ஆசார்யன் தம்மைக் காண்பதற்காக வருவதைக் கேட்ட இராமாநுசர் அவரை எதிர்கொண்டு வரவேற்பதற்காக மடத்திலிருந்து புறப்பட்டார். இடையில் காவிரியாற்றில் நம்பியைக் கண்டதும், சுடுமணலில் விழுந்து தண்டனிட்டு வணங்கினார் உடையவர். அப்படி விழுந்த அவரை எழுந்திருக்குமாறு சொல்லவில்லை நம்பி. அப்போது உடையவரோடு வந்த சீடர்களுள் ஒருவரான கிடாம்பியாச்சான் - அது உச்சிப் பொழுதாகையாலே மனம்

பதறி, 'இது என்ன குரு சீட முறையோ தெரியவில்லையே! அவள் அங்கே இட்ட நஞ்சைக் காட்டிலும் இந்த வெயிலில் - திருக்காவேரி மணலில் விழுந்து கிடப்பது கொடிது அல்லவா? கருமுகை மாலையைக் கடும் வெயிலிலே இட்டுக் கனக்க மகிழ்ந்திருப்பார் உண்டா?' என்று, ஓடிப் பரிவுடன் உடையவரைத் தூக்கி நிறுத்தினார். அது கண்டு நம்பி மிகவும் மகிழ்ந்து, 'உம்மைப் போலும் பரிவுடையாரைத்தான் நாம் தேடிக்கொண்டிருக்கிறோம். 'அத்தகைய ஒருவர் இக்கூட்டத்தில் உளரோ?' என்று அறியவே இத்தனைப்போது தாமதித்தோம். எம்பெருமானார் பக்கல் இவ்வளவு பரிவுடைய நீரே இன்று முதல் இவருக்குத் தளிகை செய்து அவ்வுணவினை இவருக்கு அளித்து வாரும்' என்று கட்டளையிட்டார். நம்பியின் நெஞ்சத்தில் ஈரம் பெருகியதைக் காட்டும் இந்த அரிய நிகழ்ச்சி உடையவரின் விடாமுயற்சிகளுக்குக் கிடைத்த பெரு வெற்றியை அல்லவா எடுத்துக் காட்டுகிறது!

தவத்தின் உரு

வஞ்சகர் சிலரின் தூண்டுதலால் - பெண்ணொருத்தி நஞ்சு கலந்த உணவை இட்டபோது உடையவர் தனிப்பட்ட எவர்மீதும் சினம் கொள்ளவில்லை. யாரையும் பழி தீர்த்துக் கொள்ளவும் நினைக்கவில்லை. மாறாக தம்மைத் தாமே வருத்திக்கொண்டார்; பல நாள் பட்டினி கிடந்தார். பலநாள் நீரும் பருகாமல் உபவாசம்[13.] இருந்த அனுபவம் அவருக்குண்டு. தமக்கு வரும் துன்பங்களைத் தாங்கிக் கொள்ளுதலும் பிற உயிர்களுக்குத் துன்பம் செய்யாதிருத்தலும் தவத்தின் அடையாளம் - என்று கூறுகிறது தமிழ்மறை.

> 'உற்றநோய் நோன்றல் உயிர்க்குறுகண் செய்யாமை
> அற்றே தவத்திற் குரு'

என்னும் திருக்குறளுக்கு ஏற்ப உடையரின் வாழ்க்கை அமைந்திருத்தலைப் பார்க்கிறோம்.

அண்ணலின் முன்னோடி

சிறுமை கொண்ட நெஞ்சினரைத் திருத்துவதற்குப் பட்டினி கிடந்து தம்மையே வருத்திக் கொண்டார் உடையவர். சமுதாயக் கேடுகளைக் களையக் காந்தியடிகள் உண்ணாவிரதத்தை ஒரு கருவியாகக் கொண்டதை நாம் அறிவோம். அண்ணலின் அரசியல் வாழ்க்கையில் அவரின் உண்ணாவிரத நிகழ்ச்சிகள் பெரும்புகழ் படைத்தவை. ஹரிஜனங்களை மேம்படுத்தவும், சமூக மதிப்புடன் நடத்தவும் அவர் மேற்கொண்ட முயற்சிகளும் புகழுடையனவே. இவ்விரு நிலைகளிலும் அண்ணல் காந்திக்கு முன்னோடியாக விளங்கியவர் இராமாநுசர் என்பதை நாம் மறத்தலாகாது. இவ்வாறான சமூக

அரசியல் பின்னணியில் இராமாநுசரின் சமயப் பணிகளை மதிப்பீடு செய்யும் போதுதான் அவற்றின் முழு வீச்சையும் நம்மால் விளங்கிக் கொள்ள முடியும். அவரின் உயர்வற உயர்ந்த பெருமையையும் புரிந்து கொண்டு போற்ற இயலும்.

கோயில் பணிகள்

இராமாநுசர் திருவரங்கத்திற்கு எழுந்தருளியது தம்முடைய நாற்பதாம் வயதில் ஆகும். அதாவது கி.பி. 1057ல் எனலாம். கி.பி. 1057 முதல் கி.பி. 1137 முடிய எண்பது ஆண்டுகள் (இடையில் திருநாராயணபுரத்தில் வாழ்ந்த காலப் பகுதி நீங்கலாக) ஸ்ரீரங்கஸ்ரீயை வளர்த்து வந்தார் என்பர்.

திருவரங்கம் வந்ததுமே திருக்கோயில் நிர்வாகத்தைச் சீரமைத்துப் பல புதிதான கோயிற் பணியாளர்களைக் கைங்கர்யத்திற்கு உரியோராக நியமித்தார். அவர்களைப் 'பத்துக் கொத்தாகப்[14]பெருக்கி'ப் பணியில் அமர்த்தியதாகக் 'கோயில் ஒழுகு' என்னும் நூல் குறிப்பிடுகிறது. திருப்பதியார், திருப்பணி செய்வார், பாகவத நம்பிமார், உள்ளூரார், விண்ணப்பம் செய்வார், திருக்கரக்கையார், ஸ்தானத்தார், பட்டாள் கொத்து, ஆரியபட்டாள், தாசநம்பி கொத்து எனப் பத்துப் பிரிவினரையும் பத்துக் கொத்தாக நியமித்து அவர்களுக்குரிய கோயிற் பணிகளை அவர் வரையறுத்துத் 'திட்டம் செய்த அருளியதாக' அந்நூல்[15] விவரிக்கிறது.

மேலும் தேசாந்திரிகளான ஏகாங்கிகள் நாலு பேருக்கும் சாத்தாத முதலிகளுக்கும் சில கைங்கர்யங்களை நியமித்துத் **'திருவரங்கச் செல்வம் சிந்தாமே மங்காமே பொங்கும்படி' செய்தார்** எனக் கோயில் ஒழுகு பெருமிதத்தோடு பேசுகின்றது.

திருமொழித் திருநாள்

இக்கோயிலின் ஆட்சிமுறைத் திட்டங்கள் இராமாநுசர் வகுத்தபடியே இன்றளவும் நடைபெற்று வருகின்றன. வைணவத் திருக்கோயில்களில் நடத்தப் பெறும் திருமொழித் திருநாள், திருவாய் மொழித் திருநாள்களை இதற்குச் சான்றாகக் காட்டலாம்.

திருமங்கையாழ்வார் நடத்திய திருவாய்மொழித் திருநாள் பற்றிக் கேட்டறிந்த நாதமுனிகள், அரங்கனின் அனுமதி பெற்று இத்திருவிழாவை முன்னிலும் சிறப்பாக நடத்தக் கருதி, மார்கழி ஏகாதசிக்கு முன்னர்ப் பத்து நாள்கள் திருமொழித் திருநாளாகவும், பின்னர்ப் பத்து நாள்கள் திருவாய்மொழித் திருநாளாகவும் நடத்த ஏற்பாடு செய்தார். இதனையே முறைப்படுத்தி எல்லாத் திருத்தலங் களிலும் நடக்கும்படி செய்தவர் இராமாநுசர். ஏகாதசிக்கு முன் பத்து

தினங்களும் நாதமுனிகள் அடைவுபடுத்திய முதலாயிரம், பெரிய திருமொழி ஆயிரம் ஆகிய ஆழ்வார் பாசுரங்களைப் பகற்பொழுதில் எம்பெருமான் முன்பு சேவிப்பது (பாடுவது) வழக்கம். இது **பகல் பத்து** உற்சவம் எனப் பெறும். ஏகாதசிக்குப் பின்னர்ப் பத்து நாள்கள் இரவுப் போதில் திருவாய்மொழிப் பாசுரங்களைப் பாடுவது வழக்கம். இது **இராப் பத்து** உற்சவம் ஆகும். இதனையடுத்து இருபத்தோராம் நாளில் இயற்பாப் பாசுரங்கள் முழுவதும் பாடி முடிக்கப் பெறும். இவ்வாறு இருபத்தொரு நாள்களில் நடக்கும் இப்பெரிய திருநாள் 'திருவத்யயனோத்சவம்' என்றழைக்கப்படுகிறது.

பெரும்பாலும் எல்லாக் கோயில்களிலும் பின்பற்றப்படும் 'அத்யயன உற்சவ'த்தின் முறை இதுவே ஆகும். ஆயினும் சில இடங்களில் மற்றைய விழாக்களை முன்னிட்டு உற்சவ காலமும் சேவாக்ரமும் மாறுபடுவதாகக் கூறுவர். எனினும், பொதுவாகப் பின்பற்றப்படும் நடைமுறை இராமாநுசரால் ஏற்படுத்தப்பட்டதே என்பதை நாம் மனங்கொள்ள வேண்டும்.

இத்திருவிழாவுக்காகத் திருமங்கையாழ்வார், நாதமுனிகள் ஆகியோர் காலத்தில் நம்மாழ்வாரை ஆழ்வார் திருநகரியிலிருந்து எழுந்தருளச் செய்வது வழக்கமாயிருந்தது. அதில் உள்ள நடைமுறைச் சிக்கல் களால் ஆழ்வார் திருவரங்கத்திற்கு எழுந்தருள்வது காலப்போக்கில் நின்று போயிற்று. இந்நிலையில் திருவரங்கத்திலேயே ஆழ்வார் திருமேனியைப் புதிதாக வடித்து, அங்கு அவரைப் பிரதிட்டை செய்தார் இராமாநுசர். இதனால் நடமுறைச் சாத்தியத்துக்கு ஏற்ப முடிவெடுத்து அதனைச் செயற்படுத்தியவர் இராமாநுசர் என்று அறியலாம்.

இராமாநுசர் காலத்தில் காவிரியில் வெள்ளப் பெருக்கெடுக்கும்போது திருவரங்கம் கோயிலுக்குள் நீர் புகுந்து விடும். ஆயிரம் ஆண்டுகளுக்கு முன்னர் கிருஷ்ணராஜசாகர் எனப்படும் கண்ணம்பாடி அணையோ, மேட்டூர் அணையோ இல்லை. மேற்கே பொழிகின்ற மழையெல்லாம் வெள்ளமாகப் பெருகிக் கரைகளையுடைத்துக்கொண்டு பெரிய கோயிலுக்குள் (அரங்கன் ஆலயம்) புகுந்து அடிக்கடி அழிவை உண்டாக்கும். அவ்வாறு வெள்ளத்தால் உடைப்புகள் ஏற்படாதவாறு இராமாநுசர் **இருகரை காப்பான்** என்ற ஒரு பொதுப்பணித்துறை அமைப்பை உருவாக்கி வைத்திருந்தார்.

இத்தகைய அனுபவமே அவர் கர்நாடகத்தில் வாழ்ந்தபோது தொண்டனூர் என்னும் இடத்தில் **'மோதிதலா'** என்னும் ஏரி உண்டாவதற்கு உதவியது. குன்றுகளுக்கு இடையே பெருகி வரும் ஒரு சிற்றாற்றிலிருந்து இந்த ஏரிக்கு நீர் கொண்டுவரும் யோசனையைத்

தெரிவித்தவர் இராமாநுசரே என்று ஹில்டன் ப்ரௌன் என்ற சரித்திர ஆசிரியர் குறிப்பிட்டுள்ளார். இதனால் இராமாநுசரின் சமூகப் பணியும் பார்வையும் எத்தகைய விசாலமுடையன என்பதை நாம் விளங்கிக் கொள்ளலாம்.

திவ்வியப் பிரபந்தத் திருநாள்களைக் கொண்டாடுவது, பூசை முறைகளைத் திட்டமிட்டு ஒழுங்குபடுத்துவது என்ற நிலைகளில் மட்டும் அவரின் கோயிற்பணிகள் அமையவில்லை. பழுதுபட்ட கோயில் திருமதில்களைச் செப்பனிடச் செய்தார். வசந்த மண்டபங்கள், நந்தவனங்கள், பூங்காக்கள் ஆகியவற்றையும் அவ்வப் போது பார்வையிட்டு அவற்றைப் பராமரிக்கவும் ஏற்பாடு செய்தார். மடைப் பள்ளிகளில் காலந்தவறாத நைவேத்திய உணவு வகைகள் சித்தமாவதையும் மேற்பார்வையிட்டார். அவற்றைப் பக்தர்களுக்கும் கோயிலுக்கு வந்து செல்லும் வெளியூர்ப் பயணிகளுக்கும் வழங்குவதற்கு உரிய திட்டங்களை உருவாக்கினார்.

உடையவரின் ஒரு நாள்

திருவரங்கத்தில் அவர் வாழ்ந்த சேரன் மடத்தில் - சிற்றஞ்சிறு காலையில் எழுந்திருந்து, திருக்காவிரியில் - தவராசன் படித்துறைக்கு நீராடச் சென்றது முதல் பகற் பொழுதெல்லாம் கோயிற் பணிகளைக் கண்காணித்து ஆராய்ந்தும், பணியாளர்களை ஏவியும் அறிவுறுத்தியும், பின்னர் அடியார்களோடு கூடியிருந்து குளிர்வதுமாக இறைபணிகளிலேயே கழித்து இரவில் அமுது செய்த பின்னர்ச் சிறிது நேரம் திருவாய்மொழி அனுசந்தானத்துடன் உலாவி, திருப்பள்ளிக் கட்டிலிலே ஏறி, அவர் துயில் கொள்வதுவரை ஒருநாள் பொழுதை - அவர் பெரிய கோயில் கைங்கர்யங்களோடு இழைந்தும் இணைத்தும் - எப்படிக் கழித்தார் என்பதை **'ராமாநுஜார்ய திவ்ய சரிதை'** என்னும் நூல் அலகு அலகாக விவரிக்கிறது. அதைப் படித்துத்தான் அனுபவிக்க வேண்டும்.

இராமாநுசர் இப்படிக் கோயில் நிர்வாகத்தைத் தாமே நேரடியாகக் கண்காணித்த போதிலும் அதை நிர்வகிக்கும் பொறுப்பைத் தக்காரிடம் ஒப்படைத்திருந்தார். இவ்வாறு, 'இதனை இதனால் இவன் முடிக்கும்' என்னும் திறனறிந்து செயல்பட்டதாலே திருவரங்கச் செல்வம் சிதையாமல் காக்க முடிந்தது. இந்தக் காத்தற் பணியைக் கருதியே,

> 'தென்னரங்கன் செல்வமுற்றம் திருத்திவைத்தான் வாழியே'

என்று வைணவ உலகம் அவரைக் கொண்டாடுகிறது.

வேங்கடத்திற் செய்த திருப்பணிகள்

திருவரங்கச் செல்வத்தைத் திருத்திக் காத்ததுபோல, தம் செயல் திறத்தால் திருவேங்கடச் செல்வத்தைக் காத்தளித்த பெருமையும் இராமாநுசருக்கு உண்டு.

இராமாநுசர் மூன்று முறை திருமலைக்கு (வடவேங்கடம் என்னும் திருவேங்கடம்) எழுந்தருளியதாக வரலாறுகள் தெரிவிக்கின்றன.

முதல் முறையாகப் பெரிய திருமலை நம்பி என்னும் தம்முடைய அம்மானிடம் ஸ்ரீ ராமாயணம் பாடம் கேட்பதற்காகச் சென்று அங்கு ஓராண்டுக் காலம் தங்கியிருந்தார்.

இரண்டாம் முறையாக வைணவர்களும் சைவர்களும் திருவேங்கட முடையானைத் 'தம் தெய்வம் எம் தெய்வம்' என்று வழக்கிட்டபோது அவர் திருமலைக்குச் சென்றார். அவ்வழக்கினைத் தீர்த்துத் 'திருவேங்கடமுடையான் திருமாலே' என்று நிறுவும் திருப்பயணமாக அது அமைந்தது. திருவேங்கடமுடையானுக்குத் திருவாழி, திருச்சங்கு களைச் சாத்தியருளி, கோயில் கோபுரத்தில் உள்ள விமானத்தில் வைகாசன ஆகமத்திற் கூறியபடியே வராக, நரசிம்ம, வேங்கடேச தேவதைகளை அமைத்து, அக்கோயில் திருமாலுக்கே உரியது என உலகிற்கு அறிவிக்கக் குட முழுக்கும் (சம்புரோட்சணம்) செய்வித்தார்.[16]

திருமலையிலும் கீழ்த் திருப்பதியிலும் அவர் இத்தகைய திருப்பணி களைச் செய்வதற்குத் துணை புரிந்தவன் கட்டியம் யாதவ நாராயணன் என்னும் அரசனாவான். இவன் இராமாநுசருடைய திருவடிகளைப் பற்றி அவரின் சீடனாகவும் திகழ்ந்தான்.

இவன் உதவியோடு அவர் அங்குச் செய்த திருப்பணிகளில் சில வருமாறு:

'பெருமான் திருமார்பில் திருமகளை இரு கைகளையுடைய திருவுரு வோடு ஒரு நன்னாளில் அமைத்தார். திருமஞ்சன காலத்தில் திருமகள் மார்பினின்றும் இறங்கியிருக்கும்போது நாச்சியார் திருமொழியை ஓதும்படி செய்தார். திருமஞ்சனத்துக்குப் பின் பெருமான் திருநெற்றியில் இரு கோடுகளான திருமண் காப்பைக் கருப்பூரப் பொடிகளால் அமைத்து மூன்று நாட்கள் காட்சியளிக்கவும், மற்றைய நான்கு நாட்களிலும் முத்துப் பொடிகளால் அமைத்துக் காட்சி யளிக்கவும் செய்தார். திருக்கண் மலர்களில் குளிர்ச்சிக்காக அஞ்சனக் காப்பு இடவும் ஏற்பாடு செய்தார். திருமலையிலே புரட்டாசி விழாவைச் செய்யத் தகுதி வாய்ந்த முறையில் திருவீதிகளை அமைத்தார். மலை குனிய நின்ற பெருமாளை[17] உற்சவ மூர்த்தியாக்கினார்.

அவர்க்கு முன் உற்சவ மூர்த்தியாக இருந்த வேங்கடத்துறைவாரை (போகசீநிவாசன்) நிலைத்துள்ள (கௌதுகபேரம்) மூர்த்தியாக்கினார். தண்ணீரமுது வழிதிருத்தல், பூந்தோட்டத்தில் பெருமான் பூப்பறித்தல் விழா ஆகியவற்றை உருவாக்கினார். வேங்கடத்தரியைத் திருவேங்கடமுடையான் கோயிலிலே பிரதிட்டை செய்து வைத்தார். திருவேங்கடமுடையான் வலக்கரத்தில் (வைகுண்ட ஹஸ்தம்) உள்ளது போலவே இடக் கரத்திலும் நாகாபரணத்தை (அரவப் பணி) அணிவித்தார். திருமலையில் வாழ்வோர் கைக்கொள்ள வேண்டிய விதிகளையும் வகுத்தளித்தார்.

இவையனைத்துக்கும் மேலாகத் திருவேங்கடமுடையானது செல்வம் நாளுக்கு நாள் வளர்ச்சியடைவதற்காக அவர் ஒரு யந்திரத்தை மந்திரப்பூர்வமாக அமைத்து வைத்தார். அதனாலேயே அத்திருக் கோயிலின் செல்வம் என்றும் குறைவுபடாது வளர்ந்து கொண்டே வருகின்றது என்பர்.

‘வைஷ்ணவஸ்ரீ’

இங்ஙனம் அயராது பணி செய்த இராமாநுசர் சிம்மாசனாதிபதிகள் எழுபத்து நால்வரும், சீயர் எழுநூற்றுவரும், ஏகாங்கிகள் பன்னீராயிர வரும், திருநாமதாரிகள் பல்லாயிரவரும் சூழ வாழ்ந்தார்.

நாடெங்கிலும் சீடர்கள்!

அவர் திருவார்த்தைக்கு மறு வார்த்தை சொல்லாத அடியார் திருக்கூட்டம்!

இவ்வாறு அவர் வாழ்ந்த பெரு வாழ்வினை ‘வைஷ்ணவஸ்ரீ’யோடே வாழ்ந்ததாகக் குறிப்பிடுகிறது ‘சரமோபாயநிர்ணயம்’ என்னும் நூல். மேலும் அந்தச் செல்வம் இன்றளவும் வெள்ளமிட்டுப் பெருகும்படி ‘ராமாநுஜ தர்சனம்’ கொழுந்து விட்டுச் செல்லுகிறது என்றும் அந்நூல் கொண்டாடுகின்றது. அதற்கேற்ப வைணவ சமயம் இவர் பெயராலேயே சிறப்புற்று விளங்குகிறது.

இராமாநுசப் பெருவெள்ளம்

‘குளப்படியிலே நீர் தேங்கினால் குருவி குடித்துப் போகும்; வீராணத்து ஏரியிலே நீர் தேங்கினால் நாடு விளையும்’[18] என்பாராம் நாதமுனிகள். குளப்படி நீரைக் காட்டிலும் நாட்டினை வாழ்விக்கும் வீராணத்து ஏரி நீர் சிறந்ததன்றோ? நாட்டினை வாழ்விக்கும் அத்தகைய சமயமாக வைணவம் தழைக்க வேண்டும் என்று விரும்பியவர் நாதமுனிகள். அவ்விருப்பத்தைத் தம் வினைத்திறத்தால் நிறைவேற்றி வைத்தவர்

இராமாநுசர். வீராணத்து ஏரியில் நிறைந்த பெருவெள்ளம் எழுபத்து நான்கு மதகுகளின் வழியாகப் பாய்ந்து பயிர்களை வாழ்வித்தது போலவே தாம் நியமித்த எழுபத்து நான்கு சிம்மாசனாதிபதிகள் (வைணவ சமயத் தலைவர்கள்) மூலம் உயிர்களை வாழ்வித்தவர் இராமாநுசர். இராமாநுசப் பெருவெள்ளம் நாடெங்கிலும் பாய்ந்து வளம் பெருக்குவதற்குக் காரணமாக அமைந்தவர்கள் இந்தச் சிம்மாசனாதிபதிகளே.

உடையவரின் திருவடிகளைப் பற்றிய முதலியாண்டான், கூரத்தாழ்வான், வடுகநம்பி, அனந்தாழ்வான், எம்பார், திருக்குருகைப்பிரான் பிள்ளான் ஆகியோர் இவ்வகையில் குறிப்பிடத் தக்கவர்கள். இவர்கள் அனைவரையும் 'ஆசார்ய புருஷர்கள்' என்று குறிப்பிடுகிறது 'பெரிய திருமுடியடைவு' என்னும் நூல். இவர்களுள் நால்வர் துறவியர்; எழுபது பேர் இல்லறத்தார்; அனைவருமே தமிழைத் தாய்மொழியாகக் கொண்டவர்கள் என்பதும் மனங்கொள்ள வேண்டிய செய்தியாகும்.

மேலும் அருளாளப் பெருமாள் எம்பெருமானார் சீயர், திருவெள்ளறை சீயர், ஈச்சம்பாடி சீயர், ஆட்கொண்டவில்லி சீயர், ஸ்ரீகோவிந்த சீயர், குன்றத்தூர் சீயர், நம்பெருமாள் கோயில் சீயர் முதலான எழுநூறு சீயர்களைப் பற்றியும் 'பெரிய திருமுடியடைவு' என்னும் நூல் பேசுகின்றது. ஏகாங்கிகள் பன்னீராயிரவர் என்றும் அந்நூல் கணக்கிட்டுக் கூறுகிறது. பிள்ளை ராமாநுஜவேளக்காரர், ஜகந்நாத பிரம்மராயர், சேனாநாத பிரம்மராயர், தொண்டைமான் சக்கரவர்த்தி முதலான திருநாமதாரிகள் கணக்கற்றோர் என்றும் அந்நூல் குறிக்கின்றது.

இராமாநுசரின் திருவடிகளைப் பற்றிய மகளிரும் எண்ணிலடங்காதவர் ஆவர். அவர்களை உக்கலம்மாள், பருத்திக் கொல்லையம்மாள்,[19] அம்மங்கியம்மாள், கோமடத்தம்மாள், கோமாண்டூர் இளையவில்லி, திருவனந்தபுரத்தம்மை, திருவண்பரிசாரத்தம்மை, திருவாட்டாற்றம்மை, மன்னார்கோயில் பொரத்தம்மை, திருப்பதியில் ஸ்ரீகாரியம் ஆரியூரம்மை, நாயகத் தேவியார், சிறிய பெருந்தேவியார், பெரிய பெருந்தேவியார், திரிபுராதேவியார், கொங்கிற் பெரிய பிராட்டியார், ஸ்ரீபெரும் பூதூரம்மை, திருவரங்கத்தம்மை, திருக்கோட்டியூராண்டாள், கூரத்தாண்டாள், தேவகிப் பிராட்டியார், அத்துழாய், அம்மங்கி, இன்னிளவஞ்சியார், ஆசூரியம்மாள், சூடிக்கொடுத்தாள், பொன்னாச்சியார் என்று பட்டியலிடுகிறது 'பெரிய திருமுடியடைவு'.

பெண்களைப் பெரும்பாலும் இயற்பெயர்களால் குறிக்காமல் ஊர்ப் பெயரால் குறிப்பிடுவது தமிழ்நாட்டு மரபு. இங்குப் பேசப்பெறும் பெரும்பாலான பெண்களை நோக்க, தமிழ்நாட்டின் பல

பகுதிகளிலும் வாழ்ந்த பெண்கள் இராமாநுசரின் கொள்கைகளில் ஈடுபட்டவர்கள் என அறியலாம்.

இவ்வாறு வகைப்படுத்திப் பேசப்படும் ஆசார்யர்கள், சீயர்கள், அரையர்கள், சந்நியாசிகள், ஏகாங்கிகள், அம்மைமார்கள் ஆகியோர்களின் எண்ணிக்கை எதனைக் காட்டுகிறது? 'இராமாநுசப் பெருவெள்ளம்' நாடெங்கும் ஓடிப் பரவியதன் அடையாளத்தைத் தானே!

இராமாநுசரின் மறைவையொட்டிக் குரு பரம்பரை ஆறாயிரப்படி குறிக்கும் சில செய்திகளால் இத்தகைய சமயப் பரவலை நாம் அறிந்து கொள்ள முடிகின்றது.

திருவேங்கட நாட்டினின்றும் அனந்தாழ்வான் - ஸ்ரீ குகதாசன் முதலான முதலிகளைக் கூட்டிக்கொண்டு திருவரங்கத்திற்கு வந்திருந்தாராம்.

அப்படியே கீழைத் திக்கில் சோழவள நாட்டுத் திருக்கண்ணபுரம் முதலான திருப்பதிகளிலிருந்து எச்சான் முதலானவரும், தெற்குத்திக்கான பாண்டி நாட்டிலிருந்து திருக்கோட்டியூர்நம்பி குமாரரான - யாமுநாசார்யர் சொக்கத்தேவர், திருமாலிருஞ் சோலையிலிருந்து திருமாலையாண்டான் குமாரரான சுந்தரத் தோளுடையான் முதலானவர்களும், மேல்நாட்டிலிருந்து (மேற்குத் திசையிலுள்ள மைசூர்ப் பகுதியிலிருந்து) சோமாசியாண்டான், மருதூர் நம்பி முதலானவர்களும் திருவரங்கம் நோக்கித் திரண்டு வந்தனராம். திருநாராயணபுரம் முதலான தலங்களில் உள்ள ஸ்ரீவைஷ்ணவர்களும் மற்றுமுண்டான திருப்பதிகளில் உள்ளவர்களும் (தேசாந்தரஸ்தலர்) பெருங்கூட்டமாகக் கோயில் (திருவரங்கம்) நோக்கி வந்தார்களாம். அப்படி வந்தவர்கள் எல்லாரும் எம்பெருமானாருடைய பிரிவாலே பெரிதும் வருந்தி, பின்னர் பட்டரைச் சேவித்துத் தங்கள் வருத்தமெல்லாம் தீர்த்து தத்தம் ஊருக்குத் திரும்பிச் சென்றதாகக் 'குரு பரம்பரை' கூறுகின்றது.

உடையவரின் மறைவுச் செய்தி கேட்டு நாட்டின் பல்வேறு பகுதிகளிலிருந்து - பலநூறு கல்கள் தாண்டி வந்த அடியார்களின் திருக்கூட்டமே அவர் வாழ்நாளில் செய்து முடித்த இமாலயப் பணிக்கான அங்கீகாரமாய் அடையாளமாய் அமைந்து விடுகிறது.

அவரின் சமயத் தொண்டு சமுதாயத் தொண்டாக மலர்ந்ததன் விளைவு இது.

4

இராமாநுசர் கண்ட சமய நெறி

இராமாநுச சித்தாந்தம்

இதுவரை இராமாநுசரின் சமயப் பணிகள் சமுதாயத் தொண்டாக உலகியலுக்குப் பொருந்தும்படி மக்களின் வாழ்க்கையோடு இணைந்து சிறந்த வகையினைப் பார்த்தோம்.

இனி, அச்சமயப் பணி அறிவுலகப் பணியாகச் சிறந்து இராமாநுச சித்தாந்தமாய்ச் செழித்ததைக் காண்போம்.

இராமாநுசர் நிறுவிய கொள்கை விசிட்டாத்வைதம் எனப் பெயர் பெற்றுள்ளது. எனவே, திருமாலடியார்களாகிய ஸ்ரீ வைஷ்ணவர்களை விசிட்டாத்வைதிகள் என்று கூறுவதுண்டு.

இக்கொள்கையின் பல கூறுகள் இராமாநுசருக்கு முன்பே பல நூல்களில் சிதறுண்டு கிடந்தன. எனினும், அவற்றை முறைப்படுத்தி வகுத்தளித்தவர் இராமாநுசரே. ஆதலின் இது அவர் பெயராலேயே 'இராமாநுச சித்தாந்தம்' என வழங்குகிறது.

'விசிட்டாத்வைதம்' என்னும் பெயரும் அவர் இட்டதன்று. அவருடைய சீடப் பரம்பரையில்

ஏறத்தாழ அவருக்கு இருநூறு ஆண்டுகளுக்குப் பின்பு வந்த சுதர்சன சூரியும் வேதாந்த தேசிகரும் சூட்டிய பெயர் என்று அறிஞர்கள் கருதுகின்றனர்.

விசிட்டாத்வைதம்

பிரம்ம சூத்திரத்திற்கு விசிட்டாத்வைத முறையில் உரை வகுத்தவர் இராமாநுசர். இவருக்குக் காலத்தால் முற்பட்டவரான சங்கராச்சாரியார் அத்வைத முறையில் உரை கண்டார். பிற்பட்டவரான ஆனந்த தீர்த்தரோ (மத்வர்) துவைத முறையில் உரை செய்தார். இப்பெரியார் மூவரும் தத்தம் மதத்திற்கு ஏற்பவே சூத்திரங்களுக்குப் பொருள் கண்டிருப்பது மிகவும் 'ரஸமான விஷயம்' என்று அறிஞர்கள் கூறுவர்.

இறையும் உயிரும் ஒளியும் இருளும்போல ஒன்றுக்கொன்று முரண்பட்டவை என்பது துவைதம்.

இறைவன் ஒருவனே உண்மைப் பொருள்; மற்றவையெல்லாம் நிழல்களே என்பது அத்வைதம்.

சித்து, அசித்து, இறை (பிரம்மம்) ஆகிய மூன்றும் தம் இயல்பை விடாமல் எப்போதும் ஒன்றாக உள்ளன என்பதே விசிட்டாத்வைதம்.

துவைதம் என்பதற்கு இரண்டாய் இருக்கும் தன்மை என்பது பொருளாகும். இதனால் 'பேதம்' என்றாகிறது. எனவே, 'அத்வைதம்' என்றால், 'அபேதம்' (இரண்டற்ற தன்மை) என்று பொருள் ஆகிறது. இனி, அத்வைதம் என்கிற சொல்லோடு 'விசிஷ்ட' என்னும் சொல் சேர்வதால் 'விசிட்டாத்வைதம்' என்று ஆகிறது. இது 'விசிஷ்டஸ்ய அத்வைதம்' என்று விரியும். இதற்கு விசிட்டத்தினுடைய அபேதம் என்று பொருளாகும். அதாவது விசிஷ்டமானதொன்றின் அபேதம் என்னும் பொருள் கிடைக்கிறது. விசிஷ்டமான அவ்-ஒன்று யாது? எனில், விசேஷணத்தோடு கூடியது விசிஷ்டமாகும். இங்குப் பிரம்மமே விசிஷ்டமான பொருள். அது சேதன, அசேதனத் தொகுதிகளை விசேஷணமாகக் கொண்டு ஒன்றாக உள்ளது. சேதனங்கள் தன்னுணர்வு கொண்ட உயிரிகள். அசேதனங்கள் தன்னுணர்வில்லாத உயிரற்ற ஜடப் பொருள்கள். இவற்றைப் பிரம்மம் தன்னை விட்டுப் பிரியாத விசேஷணங்களாகக் கொண்டு எப்போதும் ஒன்றாக உள்ள தன்மையே விசிட்டாத்வைதம் எனப்படும்.

எனவே, எல்லாவகைச் சேதன (சித்து), அசேதன (அசித்து)ப் பொருள்களோடு கூடிய பிரம்மம் ஒன்று - என்று ஏற்றக் கொள்வதால் வைணவ சமயமானது 'விசிட்டாத்வைதம்' என்று வழங்கப்படுகிறது.

சேதனம், அசேதனமாகிய இரண்டும் இல்லையென்றும் பிரம்மம் ஒன்றே உள்ளதென்றும் கொள்ளுகின்ற பிறருடைய மதத்தைத் தள்ளி, சேதனம், அசேதனம் என்னும் இரண்டு, அவற்றை விட்டுப் பிரியாத - விசேஷணமாகக் கொண்ட பிரம்மம் என்னும் ஒன்று - ஆகிய இம்மூன்று தத்துவங்களும் உண்மையில் உள்ளன என்று கொள்ளுவதே விசிட்டாத்வைத தரிசனத்தின் தேர்ந்த பொருளாகும்.

இராமாநுசர் நிறுவிய தத்துவம் இதுவே.

இதனை மேலும் சிறிது விளக்கமாகக் காண்போம்.

இராமாநுசரின் விசிட்டாத்வைதம் சித்து, அசித்து, ஈசுவரன் என்னும் முப்பொருள் உண்மை கூறுவது.

இம்மூன்றில் சித்து என்பது உயிர்த் தொகுதியைக் குறிக்கும்.

அசித்து என்பது மக்கள் விலங்கு முதலியவற்றின் உடல், உலகிலுள்ள ஏனைய பௌதிகப் பொருள்கள் எல்லாவற்றிற்கும் காரணமாகவுள்ள பிரகிருதியைக் குறிக்கும். பிரகிருதி, மூலப் பகுதி எனவும் வழங்கப்படும்.

மூன்றாவதாக ஈசுவரன்.

சித்து என்பது அறிவுள்ள பொருளாகும்; அசித்து என்பது அறிவில்லாப் பொருள். இறைவன் சித்து, அசித்து ஆகிய இரண்டையும் தனக்கு உடம்பாகக் கொண்டிருக்கிறான். அவற்றுள் அந்தர்யாமியாய் (மறைந்து உறைபவனாய்) நிற்கிறான்.

இவ்வாறு இம்முப்பொருள்களும் ஒன்றை விட்டு ஒன்று பிரியாமல் எக்காலத்தும் தம் இயல்பை விடாமல் ஒன்று சேர்ந்துள்ளன என்பது வைணவ சமயக் கொள்கையாகும்.

உடல் - உயிர்க் கொள்கை

இறைவனுக்கும் சித்து, அசித்து ஆகிய இரு பொருள்களுக்கும் இடையில் உள்ள உறவு உயிருக்கும் உடலுக்கும் உள்ளதைப் போன்ற உறவாகும். அதாவது,

'உயிர்கள் அனைத்தும் உலகமும் இறைவனது சரீரம். இறைவன் அச்சரீரத்தை உடையவன் - சரீரி.' இந்த உடல் உயிர்க் கொள்கையே (சரீர - சரீரி பாவம்) வைணவத்தின் உயிர்நிலையாகும். இதனைக் கீழ்க்காணும் நம்மாழ்வார் பாசுரம் தெளிவுறுத்தல் காணலாம்.

> 'திடவிசும்பு எரிவளி நீர்நிலம் இவைமிசை
> படர்பொருள் முழுவது மாய்அவை யவைதொறும்

உடல்மிசை உயிர்எனக் கரந்தெங்கும் பரந்துளன்
சுடர்மிகு சுருதியுள் இவையுண்ட சுரனே.'

இப்பாசுரத்தின் மூன்றாம் அடியின் பொருளை அடிப்படையாகக் கொண்டே இராமாநுசர் தம் விசிட்டாத்வைத சித்தாந்தத்தை நிலைநிறுத்தினார் என்பர்.

சங்கரர் - இராமாநுசர் வேறுபடும் இடம்

சங்கரர் - இறை, உயிர், உலகு என்பன ஒன்றுதான் என்று கேவலாத்துவிதக் கொள்கையினை நிலைநாட்டுதற்குக் காரணமான பிரம்ம சூத்திரம், சித்து, அசித்து, ஈசுவரன் என்னும் முப்பொருள் உண்மையினை இராமாநுசர் சாதிப்பதற்குத் துணையாயிற்று. ஆழ்வார்கள் பாடிய நாலாயிரத் திவ்வியப் பிரபந்தப் பயிற்சியினால் பெற்ற ஞானச் செல்வமே இத்தகைய விளக்கத்திற்குக் காரணம் என்பர்.

சங்கரரும் இராமாநுசரும் தம்முள் வேறுபடுவது குறித்து, 'இந்திய தத்துவ ஞானம்' என்னும் நூலில் அறிஞர் கி. லக்ஷ்மணன் ரத்தினச் சுருக்கமாகத் தரும் விளக்கம் இங்கு எடுத்துக்காட்டத்தக்கது.

> '...சங்கரர், இரண்டில்லை; உள்ளது ஒன்றுதான் என்னும்போது உயிர்கள் கிடையா. உலகு கிடையாது. பிரம்மம் ஒன்றே உள்ளது என்பது கருத்து. ஆனால், இராமாநுசர் பேசும் அத்வைதத்தில் உலகும் உண்டு; உயிர்களும் உண்டு. ஆனால், அவை பிரம்மத்துக்கு விசேஷணங்கள். பிரம்மம் அவ்விசேஷணங்களையுடைய விசேஷியம். இந்த விசேஷணம், விசேஷியம் ஆகிய இரண்டும் சேர்ந்த விசிஷ்டமே இராமாநுசர் பேசும் பரம்பொருள். இதனாலேயே அவரது அத்வைதக் கொள்கைக்கு 'விசிஷ்டாத்வைதம்' என்று பெயர் ஏற்படலாயிற்று. சங்கரர் ஒரேயொரு பொருளுக்கு மட்டுமே முதன்மை கொடுக்கின்றார். ஆனால், அவர் ஏனைய யாவற்றையும் இல்லாதனவாக்கித் தாம் பேசும் பொருளுக்கு முதன்மை தேடுகின்றார். இராமாநுசர் ஏனைய யாவற்றையும் தாம் பேசும் பரம்பொருளுக்குச் சரீரமாக்கி அப்பரம்பொருளைச் சரீரியாக்கி அதற்கு முதன்மை கொடுக்கின்றார்.'

விசிட்டாத்வைதத்தின் சிறப்பு

மேனாட்டறிஞரான மாக்ஸ் முல்லரும் (Max Muller), 'உபநிஷத்துகள் வேண்டுமானால் சங்கரரது அத்வைதக் கொள்கைக்கு இடம் தரலாமேயொழிய, வியாசரது பிரம்ம சூத்திரத்துக்கு விசிட்டாத்வைத அடிப்படையிலான இராமாநுசரது பாஷ்யமே சிறந்ததாகும்'

என்கிறார். மேலும், அவர் 'இராமாநுசரது கொள்கை அறிவுக்கு விருந்தாகவும் அமைவதோடு இதயத்தைத் தொடக் கூடியதாகவும் உள்ளது' என்று குறிப்பிட்டுள்ளார். அமெரிக்காவில் சர்வ சமய மாநாட்டில் கலந்து கொண்டு இந்திய ஞானிகளைப் பற்றி (Spiritual Giants of India) உரை நிகழ்த்திய சுவாமி விவேகானந்தர், 'ஆதிசங்கரர் ஞானத்தினால் மிகச் சிறந்தவராக இருந்தபோதிலும் இராமாநுசரது இதயமும் கருணையும் உலகத்தின் அளவு பரந்ததாக உள்ளது' (Although Adi Sankara was great by intellect yet Ramanuja's heart and compassion were as wide as the universe) என்று பாராட்டியுள்ளார்.

'சங்கரரின் அறிவு வழியைவிட இராமாநுசரின் இதய வழியே சிறந்தது' என்னும் அடிப்படையில் எழுந்த கருத்துகள் இவை.

'நிர்க்குணப் பிரம்மம்[1] என்ற சங்கரரின் கோட்பாடு அறிவாளிகளுக்கு ஏற்றதாக அமையலாம். ஆனால், பெரும்பான்மையோராக இருக்கும் சாதாரண மக்களுக்குத் தேவையான அனுபவம் அதில் கிடைக்காது என்று உணர்ந்தவர் இராமாநுசர். எனவே அனைவர்க்கும் ஏற்றதான பக்தி மார்க்கத்தையும் அதன் எல்லை நிலமான பிரபத்தி(சரணாகதி நெறி)யையும் அவர் கண்ட தரிசனத்தின் நிலைத் தூண்களாக நிறுத்தினார்' என்று இராமாநுச சித்தாந்தத்தின் சிறப்புக்களை மேலும் துலக்கிக் காட்டுகிறார் ஆர். பார்த்தசாரதி. 'இறை வழிபாட்டில் அழகுணர்ச்சியையும் இணைத்து, கடவுளைப் புவனசுந்தரனாகப் பாவித்து வணங்கும் நெறியை இராமாநுசர் அறிமுகம் செய்தார் என்றும் இத்தகைய முறையினால் சமயத்தைச் சாதாரண மக்களிடையே பரப்பும் முயற்சியில் அவர் பெரும் வெற்றி பெற்றார்' என்றும் குறிப்பிட்டுள்ளார்.

இத்தகைய மதிப்பீடுகளால் சாதாரண மக்களையும் மறவாத சமய நெறியே இராமாநுசர் கண்ட தத்துவ தரிசனம் என்று நாம் விளங்கிக் கொள்ளலாம்.

5

எம்பெருமானாரின் தமிழ் வாழ்வு

இராமானுசர் செய்த ஒன்பது நூல்களும் வடமொழியில் அமைந்தவை என்பதை முன்பே குறித்தோம். தமிழில் அவர் ஒரு நூலும் செய்யவில்லை. இந்நிலையில் அவரின் தமிழ்ப் பணி யாதாயிருக்கக் கூடும் என்று அறியும் ஆர்வம் வாசகர்களுக்கு எழலாம்.

அந்நாளில் இந்திய நாட்டில் புகழுடன் விளங்கிய மொழிகள் இரண்டு மட்டுமே. அவை வடமொழி எனக் குறிக்கப் பெறும் சமஸ்கிருதமும் தென்மொழி என வழங்கிய தமிழுமே ஆகும்.

இவ்விரண்டனுள், 'வடமொழியே சமயத் தத்துவக் கருத்துக்களை வெளியிடுவதற்கு ஏற்ற மொழி' என எல்லாச் சமயத்தவரும் கருதினர். அம்மொழியிலேயே நூல்களும் எழுதினர். கற்றாரிடையே சமயக் கருத்துக்களைப் பரப்புதற்கு அம்மொழியே ஓர் ஊடகமாகத் திகழ்ந்தது. இராமானுசரும் அதற்கு விலக்கல்லர். வடமொழியில் அமைந்த பிரம்ம சூத்திரம், கீதை முதலான நூல்களுக்கு விசிட்டாத்வைத அடிப்படையில் விளக்கம் அளித்தவர் இராமானுசர். அவ்விளக்கம் இந்திய நாட்டின் பிற சமயவாதிகளிடம் போய்ச் சேர்வதற்கும், அதனால்

விளையும் ஏற்பு, எதிர்ப்புகளை எதிர்கொள்வதற்கும் வடமொழியில் நூல் செய்வதே பொருத்தம் என்று அவர் கருதியிருக்கக் கூடும். வாழ்நாள் முழுதும் பல எதிர்ப்புகளுக்கிடையில் சமயம் பரப்புதலை நோக்கமாகக் கொண்டு செயல்பட்டவர் அவர். சமயவாதிகளோடு வாதிட்டு வாகை சூடியவர். தமிழின் இன்சுவையே வடிவெடுத்தாற் போன்ற ஆழ்வார்களின் திவ்வியப் பிரபந்தங்களைக் கொண்டே 'ஸ்ரீபாஷ்யம்' போன்ற நூல்களில் அவரின் உரை விளக்கங்கள் அமைந்திருப்பதாகக் கூறுவர். 'அருளிச் செயல் பரிமளம் கமழக் கமழ அவர் அருளிச் செய்திருக்கும் அர்த்த விசேஷம் ஸ்ரீபாஷ்யத்திற்குச் சிகரமாக விளங்குகின்றது' எனத் தென்மொழியும் வடமொழியும் கற்ற அறிஞர்கள் முடிவு கட்டியுள்ளனர்.

இவ்வாறு அவரின் அருளிச் செயல் ஆர்வமே தமிழ்ப் பணியாய் அமைந்ததற்குச் சில சான்று காட்டுவோம்.

ஆதிசங்கரருக்கும் ஆனந்த தீர்த்தருக்கும் (மத்வர்) கிட்டாத பேறு இராமாநுசருக்குக் கிடைத்தது. ஆழ்வார்களின் அருளிச் செயல்களை - திவ்வியப் பிரபந்தப் பாசுரங்களைப் பயிலும் பேறுதான் அது. தம் ஆசார்யரான பெரிய நம்பியிடத்தே முதலாயிரம் உள்ளிட்ட மூவாயிரத்தையும், மற்றோர் ஆசார்யரான திருமாலையாண்டானிடம் திருவாய்மொழி ஆயிரத்தையும் கற்றுத் தேர்ந்தவர் இராமாநுசர். வேதங்கள், உபநிடதங்கள், புராணங்கள் என வடமொழி நூல்களைக் கசடறக் கற்ற இராமாநுசர், ஆழ்வார்களின் பாசுரங்களை உண்ணும் சோறும் பருகும் நீருமாகப் பெற்று அனுபவித்தார். சூடிக் கொடுத்தவளான கோதையின் சுந்தரத் தமிழில் மனம் பறிகொடுத்து, ***'திருப்பாவை சீயர்'*** என்றே புகழ் பெற்றார். உலகேழின் தாகம் தீர்க்கும் திருவாய்மொழியில் - தணியாத தாகமும் தனிக் காதலும் கொண்டவர் அவர். இந்த உண்மையை உணர்ந்தே, திருவாய்மொழியின்

> 'மணம்தரும் இன்னிசை மன்னும்
> இடம்தொறும் புக்குநிற்கும்
> குணம் திகழ் கொண்டல்'

என்று கொண்டாடினார் திருவரங்கத்தமுதனார்.

இடையில் மறைந்துபோன ஆழ்வார்களின் திவ்வியப் பிரபந்தங்களை நம்மாழ்வாரின் திருவருளாலும் தம் பெருமுயற்சியாலும் திரும்பப் பெற்று நாலாயிரமாக அடைவு செய்து, பண்ணும் தாளமும் வகுத்து உலகில் பரவச் செய்தவர் நாதமுனிகள்; வேதத்தைக் காட்டிலும் விஞ்சிய மதிப்பைத் தந்து கோயில்களில் அவற்றை ஓதும் மரபினை

முறைப்படுத்தித் திருவத்யயனத் திருநாளாகக் கொண்டாடச் செய்தவர் இராமாநுசர். இவையேயன்றி ஆழ்வார் பாசுரங்களுக்குக் கோயிற் சடங்குகள் மூலம் இன்றளவும் நிலைத்த வாழ்வு தந்தவரும் அவரே. இப்பெருமையை உணர்ந்தே தமிழ் மறையான திருவாய் மொழியைப் பெற்ற தாய், சடகோபனாகிய நம்மாழ்வார் என்றும், காத்து வளர்த்த செவிலித் தாய் இராமாநுசர் என்றும், பட்டர் அருளிய 'தனியன்' ஒன்று அவரைச் சிறப்பிக்கின்றது.

இவ்விடத்தில் திருவாய்மொழி, பெரிய திருமொழி ஆகிய பிரபந்தங்களுக்கு அமைந்த இரண்டு தனியன்'களை நினைவு கூர்வதும் பொருத்தமாகும். பெரும்பாலும் தனியன்களில் அந்தந்தத் திவ்வியப் பிரபந்தங்களின் பெருமை, அவற்றையருளிச் செய்தவர்களின் பெருமை, அவர்கள் அவதரித்த தலத்தின் பெருமை முதலியன பேசப்படும். ஆனால் இங்கு நாம் குறிப்பிடும் தனியன்கள் அவ்வாறு அமையாமல் எம்பெருமானாரை நோக்கிச் செய்யும் பிரார்த்தனை களாக உள்ளன.

> 'ஏய்ந்தபெருங் கீர்த்தி இராமா நுசமுனிதன்
> வாய்ந்தமலர்ப் பாதம் வணங்குகின்றேன் - ஆய்ந்தபெருஞ்
> சீரார் சடகோபன் செந்தமிழ்வே தம்தரிக்கும்
> பேராத உள்ளம் பெற.'

திருவாய்மொழித் தனியன்களுள் ஒன்று இது. பாடியவர், அனந்தாழ்வான்.

> 'எங்கள் கதியே! இராமா நுசமுனியே!
> சங்கைகெடுத் தாண்ட தவராசா! - பொங்குபுகழ்
> மங்கையர்கோன் ஈந்த மறையா யிரமனைத்தும்
> தங்குமனம் நீஎனக்குத் தா.'

பெரிய திருமொழித் தனியன்களுள் ஒன்று இது. பாடியவர் எம்பார்.

இவ்விரண்டும் எம்பெருமானாரை முன்னிலைப்படுத்திப் பாடப்பட்டவை. சொல்லும் பொருளிலும் போக்கிலும் ஒரே முறையில் அமைந்தவை. 'நம்மாழ்வாரின் திருவாய்மொழி ஆயிரத்தையும் திருமங்கை மன்னனின் பெரியதிருமொழி ஆயிரத்தையும் கற்று நெஞ்சில் தரிக்க வல்ல ஆற்றலை எம்பெருமானார் தந்தருள வேண்டும்' என்பது இத்தனியன்களின் சாரமான கருத்தாகும். இப்பிரார்த்தனைகளை அந்தந்தப் பிரபந்தங்களைத் தந்த ஆழ்வார்களை நோக்கிச் செய்யாமல், எம்பெருமானாரை நோக்கிச் செய்ததன் கருத்து யாது? இக்கேள்விக்கு நாம் எளிதில் விடையை

ஊகித்து அறிதல் கூடும். இத்தனியன்களைப் பாடிய அனந்தாழ் வானும், எம்பாரும் இராமானுசரின் நேர் சீடர்கள். 'இராமானுசர் இட்ட வழக்காய் இருப்பன திவ்வியப் பிரபந்தங்கள்' என்பதை நேர்முகமாய் உணர்ந்தவர்கள். 'இராமானுசரின் அருளாலன்றி அவற்றை ஓதியுணர்தல் அரிது' என்பது அவர்களின் கருத்தாதலின் இராமானு சரிடத்தே இங்ஙனம் வேண்டிக்கொள்கிறார்கள்.

இவ்விருவரைப் போலவே இராமானுசர் காலத்தில் வாழ்ந்தவர் திருவரங்கத்தமுதனார். அவர், தம்முடைய துதி நூலான இராமானுச நூற்றந்தாதியில், இராமானுசரின் திவ்வியப் பிரபந்தப் பயிற்சியை முன்னிட்டே அவரைப் பெருமைப்படுத்துகிறார். குறிப்பாக, 'திருமங்கையாழ்வாரின் பெரிய திருமொழியை அனுபவித்து தமது உள்ளம் பூரித்து அதனால் மிடுக்கு அதிகரித்துச் சிங்கம் போன்று விளங்கினாராம் எம்பெருமானார்'.

> 'கலிமிக்க செந்நெல் கழனிக் குறையல், கலைப்பெருமான்
> ஒலிமிக்க பாடலை உண்டுதன் உள்ளம் தடித்து, அதனால்
> வலிமிக்க சீயம் இராமானுசன்.'

என்பன அப்பாடல் அடிகள்.

இவ்வெடுத்துக்காட்டுகளால் திவ்வியப்பிரபந்தம் ஓதுதலையும் ஓதுவித்தலையும் நித்திய நியமமாகக் கொண்டு உயிர் தரித்திருந்தவர் உடையவர் என்று அறியலாம்.

வேதங்களுக்கு இணையாக அவர் திவ்வியப் பிரபந்தங்களைத் தெளியக் கற்றவர் என்பதையும் அமுதனார் தம் இராமானுச நூற்றந்தாதியில் குறிப்பிட்டுப் பேசியுள்ளார்.

> 'சொல்லார் தமிழ்ஒரு மூன்றும் சுருதிகள் நான்கும் எல்லை
> இல்லா அறநெறி யாவும் தெரிந்தவன்; எண்ணருஞ்சீர்
> நல்லார் பரவும் இராமானுசன்'

என்று போற்றுகிறார் அவர். இங்கு 'சொல்லார் தமிழ் ஒரு மூன்று' என்பது இயல், இசை, நாடகம் எனப்படும் முத்தமிழையும் (அதில் உள்ள நூல்கள் அனைத்தையும்) முற்றக் கற்றவர் என்பதை உணர்த்துகிறது. எனினும் அவரின் திவ்வியப் பிரபந்தத் தேர்ச்சி கருதி, பிறிதொரு வகையாகவும் இதற்குப் பொருள் கூறுவதுண்டு. 'சொல்லார் ஒரு தமிழ்' என்று கூட்டித் திருவாய்மொழியும், 'ஒரு மூன்று' என்றதனால் மற்றை அருளிச் செயல் மூவாயிரமும் (முதலாயிரம், பெரிய திருமொழி, இயற்பா) உணர்த்தப்பட்டன

என்பர். இதனை அரண் செய்வதுபோலவே அவரின் வாழ்க்கை நிகழ்ச்சிகளும் அமைந்துள்ளன.

திருக்கோட்டியூர்நம்பிடம் பலமுறை நடந்து துவண்டு, சீரிய நற்பொருளைச் செவியாரக் கேட்டவர் இராமானுசர் என்பதை நாம் அறிவோம்.

திருவரங்கத்திலிருந்து திருக்கோட்டியூருக்கு இவர் வருவதும் செல்வதுமாயிருந்த நாளில், ஒருமுறை நம்பியின் சீடர் ஒருவர் அரங்கனைச் சேவிப்பதற்காகத் தென்னரங்கம் வந்திருந்தார். இதனையறிந்த இராமானுசர் அச்சீடர் திருக்கோட்டியூர் திரும்பும் தறுவாயில் அவர் திருவடிகளில் விழுந்து வணங்கி, நம்பியிடத்தே தம் ஆர்த்தியைத் (அரும்பொருளைப் பெறாமையால் தமக்குள்ள பெரு வருத்தத்தை) தெரிவிக்கும்படி கேட்டுக் கொண்டாராம். அப்போது தம் பேராவலையும் துடிப்பினையும் (த்வரை) தாம் கற்ற திருவாய் மொழியின் மூலமாகவே வெளியிட்டாராம்.

> ‘பொன்னாழிக் கையார்க்குப் பூந்துழாய் முடியார்க்கு இங்கு
> என்னாவி ஈடழித்தல் தகவல என்று இயம்பீரே!’

என்பதே அவர் கூற்றாகும்.[2] இராமானுசர் கூறிய வண்ணமே அந்தச் சீடரும் சென்று நம்பியிடத்தே விண்ணப்பிக்க நம்பியும் கேட்டருளி, ‘இராமானுசருடைய ஆர்த்தி இருந்தபடியறிந்தோம். அவரை வரச் சொல்லும்’ என்று அந்தச் சீடரையே அவர்பால் அனுப்பியதாக ‘குரு பரம்பரை’ கூறுகின்றது.[3] உடையவரின் திவ்வியப் பிரபந்தப் பயிற்சியும் ஈடுபாடுமே நம்பியின் நெஞ்சத்தைக் கரைத்துக் கருணைக்கு இலக்காக்கியதைக் காட்டும் நிகழ்ச்சி இது.

மாலாதரர் என்னும் திருமாலையாண்டானிடம் திருவாய்மொழியின் நுண்பொருள்களையெல்லாம் கற்றுக்கொண்டவர் இராமானுசர். அங்ஙனம் கற்கும்போது தம் ஆசார்யருக்கே ‘அறியாதன அறிவிக்கும் ஆசானாக’ அவர் விளங்கினார். இதனால் பிணங்கிய திருமலை யாண்டானிடம் இராமானுசரின் மேன்மையைத் திருக்கோட்டியூர்நம்பி எடுத்துரைத்ததையும், அதனால் ஆண்டான் மனமாற்றம் பெற்றதையும் நாம் முன்னரே குறித்தோம்.

தமிழ் மண்ணில் பிறந்தவர் இராமானுசர். ஆழ்வார்களின் அருந்தமிழை கற்றுப் பெருந்தமிழராக வாழ்ந்தவர் அவர். தம் நூல்களில் தாம் எடுத்துப் பேசிய தத்துவ விளக்கத்துக்கு ஆழ்வார்களின் அமுத மொழி களையே அருந்துணையாகக் கொண்டவர். பிரம்ம சூத்திரத்துக்கு உரை எழுதுகையில் - ஐயம் எழுந்த இடங்களிலெல்லலாம்

திருவாய்மொழிப் பாசுரங்களைக் கொண்டே ஐயம் அகற்றி அறுதியிட்டதாகக் கூறுகிறது, 'ஆசார்ய ஹிருதயம்' என்னும் நூல்.

'பாஷ்யகாரர் இது கொண்டு சூத்ர வாக்யங்கள் ஒருங்க விடுவர்' (சூ. 65) என்பது அந்நூலில் காணப்படும் ஒரு குறிப்பு.

இதே கருத்தினை வேதாந்த தேசிகரும் தம் பாடலொன்றில் குறிப்பிட்டிருக்கக் காணலாம்.

> 'செய்யதமிழ் மாலைகள்நாம் தெளிய ஓதித்
> தெளியாத மறைநிலங்கள் தெளிகின் றோமே'

என்பது அவர் வாக்கு. வேதங்களினால் கலங்கின ஞானமே உண்டாகுமென்றும், ஆழ்வார்களின் அருளிச் செயல்களைக் கொண்டே அதனைத் தெளிவுபடுத்திக் கொள்ளவேண்டும் என்றும் துணிந்துரைத்தார் அவர். இப்படி, 'வேதங்களைக் காட்டிலும் அருளிச் செயல்களுக்குத் தனி ஏற்றம் உண்டு' என்று பின்வந்தோர்க்கு அடையாளம் காட்டியவர் இராமாநுசரேயாவார்.

தமது தத்துவ ஞானக் கல்விக்கிடையே இடைவிடாது திவ்வியப் பிரபந்தங்களைக் கற்றவர் இராமாநுசர். அதன் விளைவாகப் பாசுரங்களுக்கு நுண்பொருள் கூறுவது அவரின் வழக்கமாக இருந்தது. தம்முடைய சீடர்களிடத்தும் ஆழ்வார்களின் பாசுரங்களைப் படித்தாக வேண்டும் என்று அவர் வலியுறுத்தினார். அவர்களை வலிய அழைத்து அவர்களுக்குத் திவ்வியப் பிரபந்தங்களைக் கற்பித்தார். அவரே பல சமயங்களில் நாலாயிரத்தைச் சேவித்துக் கொண்டிருப்பது வழக்கம். 'திருமாலிருஞ்சோலை மலை என்றேன்' என்னும் திருவாய் மொழிக்குச் சொல்லப்படும் ஐதிகம்[4] இதனை எடுத்துக் காட்டும்.

எம்பெருமானார் இரவுப் பொழுதில் அமுது செய்த பின்னர்ச் சிறிது நேரம் திருவாய்மொழியை மனத்திற்குள் சொல்லிக்கொண்டே (அனுசந்தானம்) குறிப்பிட்ட தொலைவு வரை உலாவியருளிப் பின்னர்த் துயில் கொள்வது வழக்கம். ஒருமுறை அவ்வாறே திருவாய்மொழி அனுசந்தானத்துடன் நடந்து சென்ற உடையவர், குறிப்பிட்ட தூரம் செல்வதற்கு முன்னரே சடக்கெனத் திரும்பி விட்டார். அப்போது அவர் மனத்துக்குள் சொல்லிச் சென்றது - அனுசந்தித்தது, **'திருமாலிருஞ்சோலைமலை என்றேன் என்ன'** என்று தொடங்கும் திருவாய்மொழிப் பதிகமாகும். அதில் ஒரு பாசுரத் தொடரான, 'மடித்தேன் மனை வாழ்க்கையுள் நிற்பதோர் மாயையை' என்பதை நினைத்தபோதே, 'மடித்தேன்' என்பதற்குத் 'திரும்பினேன்' என்பது பொருளாதலின் அதன் அர்த்தத்தில் ஈடுபட்டுத் தாம்

வழக்கமாகச் செல்லும் குறிப்பிட்ட தூரம்வரை செல்லாமல் திரும்பி விட்டார் உடையவர். இப்படி அவர் சடக்கெனத் திரும்பியதற்கான காரணத்தை ஊகித்த எம்பார், 'திருமாலிருஞ்சோலைப் பாசுரம் திருவுள்ளத்தில் ஓடுகிறதோ?' என்று எம்பெருமானாரைக் கேட்க, அவரும், 'ஆம்! அப்படியே!' என்றாராம்.

திருவாய்மொழி ஈட்டுரை (10.8.3) காட்டும் ஐதிகம் இது.

பிறர் கூறாத புதுப் பொருள்களைக் கூற வேண்டும் என்பதற்காகவோ, தம் புலமைத் திறத்தைக் காட்ட வேண்டும் என்பதற்காகவோ இராமாநுசர் திவ்வியப் பிரபந்தங்களைக் கற்கவில்லை. ஆழ்ந்த ஈடுபாட்டுடன் கூடிய பக்திச் சிறப்பே அவர் திவ்வியப் பிரபந்தங்களை விரும்பிக் கற்றதற்குக் காரணம் ஆகும். ஆண்டாள் அருளிச் செய்த திருப்பாவையின்மீது அளவற்ற ஈடுபாடு அவருக்குண்டு. திருப்பாவையின் பொருளை ஆண்டாளுடைய மனப்பாங்குடன் சொல்லுவதும் உணர்வதும் எளிதன்று என்பது அவர் கருத்து. எனினும், திருப்பாவை நுதலும் பொருளிலும் சுவையிலும் தம்மை மறந்தவர் என்பதனை அவரது வாழ்க்கை நிகழ்ச்சி ஒன்றின் மூலம் வைணவ நூல்கள் உணர்ச்சிமயமாகச் சித்திரிக்கின்றன.

இராமாநுசர் தினமும் பிச்சைக்கு (மாதுகரம்) எழுந்தருளும்போது மனத்திற்குள் திருப்பாவையைச் சொல்லிக்கொண்டே செல்வது வழக்கம். ஒருநாள் திருக்கோட்டியூர்நம்பி திருமாளிகைக்கு அருகே சென்றபோது, **'உந்து மதகளிற்றன்'** என்னும் பாசுரத்தை *(18)* அனுசந்தித்துக்கொண்டிருந்தார். 'செந்தாமரைக் கையால் சீரார் வளையொலிப்ப வந்து திறவாய்' என்ற அடிகளை எம்பெருமானார் சொல்லி முடித்த அதே கணத்தில் நம்பி குமாரத்தியான தேவகிப் பிராட்டியார் தன் வளைக் கரங்களால் கதவைத் திறக்கவே, இராமாநுசர் அவளை நப்பின்னைப் பிராட்டியாகவே நினைத்துக் கீழே விழுந்து வணங்கினார். தேவகியார் அதனைக் கண்டு பதைத்துத் தம் தந்தையாரிடம் ஓடி நடந்ததை நவின்றார். தந்தையார் அது கேட்டு எந்தப் பதைப்பும் அடையாமல், அமைதியாக இராமாநுசரை அணுகி, 'இளையாழ்வீர்! இன்று நம் வாசலைக் கிட்டிய நிலையில், 'உந்துமதகளிற்றன்' அனுசந்தானமோ?' என்று கேட்க, அதற்கு உடையவர், 'ஆம்' என்று விடையிறுத்தாராம். ராமானுஜார்ய திவ்யசரிதை, வடிவழகிய நம்பிதாசரின் குருபரம்பரை, வார்த்தாமாலை *(206)* போன்ற நூல்களில் இச்செய்தி விவரிக்கப்பட்டுள்ளது.[5] இதனாலேயே உடையவர், 'திருப்பாவை சீயர்' எனச் சிறப்பிக்கப் பெற்றார் என அறிகிறோம்.

இவ்வகையில் முதல் திருவந்தாதி உரையில் இடம் பெறும் ஐதிகம் ஒன்றும் இங்குச் சுட்டிக் காட்டத் தக்கது.

'தமர்உகந்தது எவ்வுருவம் அவ்வுருவம் தானே.'

(முதல் திருவந்தாதி - 44)

என்னும் அழகிய பாசுரத் தொடரால், 'தம் அடியவர்கள் எந்த உருவத்தை விரும்புகிறார்களோ அந்த உருவத்தைத் தானே அடைவான் எம்பெருமான்' என்னும் கருத்தினை வெளியிடுகின்றார் பொய்கையாழ்வார். இதற்கு விளக்கமாக உடையவர் வாழ்க்கையில் நடந்த ஓர் உயரிய நிகழ்ச்சியை நஞ்சீயர் வாக்காக எடுத்துக் காட்டுகிறார் உரையாசிரியர்.

'ஸ்ரீரங்கத்தில் மணலிலே விளையாடுகின்ற சிறு பிள்ளைகள் சிலர் கோயிலில் நடக்கின்ற நிகழ்ச்சிகளை அப்படியே பின்பற்றி விளையாடிக் கொண்டிருந்தனர். மணலிலேயே பெருமாள், நாச்சியார் மண்டபம் இவைகளைச் சமைத்து, பிறகு சிறிது மணலையெடுத்துப் பெருமாளுக்கு அமுது செய்யும் பிரசாதமாகவும் வைத்தனர். பிறகு கோயிலில் அழைப்பது போலவே, 'எம்பெருமானார்! பிரசாதத்தைப் பெற்றுக் கொள்ளும்' என்று கூறி அச்சிறுவர்கள் மணலை முகந்து எடுக்க, தற்செயலாக அப்போது அங்குப் பிச்சைக்காக எழுந்தருளிய எம்பெருமானார், அதைக் கேட்டு உண்மையாகவே பெருமான் எழுந்தருளியிருப்பதாகவும், அந்த மணலை மெய்யாகவே பிரசாதமாகவும் கொண்டு கீழே விழுந்து வணங்கி, அந்த மணல் பிரசாதத்தைத் தம்முடைய பிச்சைப் பாத்திரத்தில் ஏற்றுக் கொண்டாராம்.'

ஆழ்வார்களின் அருளிச் செயல்கள் பொருளற்ற வெறும் கடலோசை போன்றவையோ? இல்லை, வாழ்க்கைக்கு வாய்த்த வரப் பிரசாதம் என்று நம்பி, அவற்றை வாழ்க்கையில் கடைப்பிடித்துக் காட்டியவர்கள் வைணவப் பெரியார்கள். நாதமுனிகள், ஆளவந்தார், பெரிய நம்பி முதலான ஆசார்யர்களின் வாழ்க்கை நிகழ்ச்சிகளால் இதனை நாம் தெளிவாக உணரலாம். அத்தகைய பெரியார்கள் வழிநடந்த இராமாநுசரும் திவ்வியப் பிரபந்தத்தைப் போற்றுதலுக்கு மட்டும் உரியதாக்காமல் வாழ்க்கைக்கு உதவும் வழிகாட்டி நூலாகக் கடைப்பிடித்தமை இங்கு உணரத் தகும். கூரத்தாழ்வான் மறைந்த போது,

'ஒருமகள் தன்னை உடையேன்
உலகம் நிறைந்த புகழால்

திருமகள் போல வளர்த்தேன்
செங்கண்மால் தான் கொண்டு போனான்.'

என்னும் பெரியாழ்வார் பாசுரத்தைச் சொல்லிக் கதறினாராம்; ஆண்டாளைப் பிரிந்த அந்த ஆழ்வாரைப் போலவே வருந்தினாராம். இதனால் அன்புடையாரைப் பிரிந்தபோது பரிவுடையார் எவரும் நினைவு கூரத்தக்க பாசுரம் இதுவென்று அறியலாம்.

அன்றாட வாழ்க்கை நிகழ்ச்சிகளோடு தொடர்புறுத்தித் திவ்வியப் பிரபந்தப் பாசுரங்களை உடையவர் நினைவு கூர்ந்தார் என்பதற்கு உரைகளில் மேலும் பல சான்றுகள் காணப்படுகின்றன.

தமிழ் அகப் பொருள் மரபைத் தழுவிப் பாடப் பெற்றது நம்மாழ்வாரின் திருவிருத்தம் என்னும் நூலாகும். தலைவன் பொருளீட்டும் பொருட்டுப் பிரிந்து செல்லப் போகிறான் என்பதைக் குறிப்பால் உணர்ந்த தலைவி, அதனைத் தன் தோழிக்குத் தெரிவிக்கின்றாள்.

'தோழீ! நம் குன்றநாடர் என்னிடத்தே நடந்துகொள்ளும் விதமே தனியாக உள்ளது. வெளிப் பூச்சான பேச்சுக்களால் என்னை மகிழ்வித்துப் பொருள் தேடும் பொருட்டு என்னைப் பிரிந்து செல்லப் போகிறார் என்று தெரிகிறது. வடவேங்கடமலையை விரும்பிச் சென்று அங்குப் பொருளீட்டக் கருதியுள்ளார். அதற்காக அவர் கற்றுள்ள வலிய செயல்தான் என்னிடத்தே மிகையன்புடன் பேசும் பசப்பு வார்த்தை என்பதை நான் தெரிந்துகொண்டேன்' என்கிறாள்.

இக்கருத்தமைந்த தலைவியின் பேச்சு 'காண்கின்றனகளும் கேட்கின்றனகளும்' எனத் தொடங்கும் திருவிருத்தச் செய்யுளில் (8) இடம் பெற்றுள்ளது.

இதனையடுத்து வரும் 'திண்பூஞ்சுடர்' எனத் தொடங்கும் செய்யுள் (9) தலைவன் பேச்சாக உள்ளது. தலைவன் தலைவியைப் பிரிந்து செல்லுதற்கு இயலாது என்கிற அருமைப்பாட்டை எடுத்து மொழிவதாய் அச்செய்யுள் பாடப்பட்டுள்ளது. 'இம்மணிவல்லியை யாரால் பிரிய முடியும்?' என்னும் பொருளில் **'வண்பூமணிவல்லி யாரே பிரிபவர்?'** என்னும் அழகிய பாசுரத் தொடரால் அவ்வருமைப் பாட்டினை வெளியிடுகின்றான் தலைவன்.

இச்செய்யுட்கள் இரண்டனையும் முறையே பிள்ளை உறங்காவில்லி தாசரும் இராமாநுசரும் சந்தர்ப்பத்துக்கேற்பப் பயன்படுத்திய செய்தியைத் திருவிருத்த உரையாசிரியர்கள் நமக்கு எடுத்துக் காட்டியுள்ளனர்.

திருவரங்கத்தில் வாழ்ந்து வந்த உடையவர் ஒரு சமயம் ஏதோ மனக் கசப்புக் காரணமாகத் திருமலை (திருவேங்கடம்) செல்லத் திட்டமிட்டிருந்தார். அதனை அறிந்த பிள்ளை உறங்காவில்லிதாசர், எம்பெருமானாரின் பிரிவுக்கு ஆற்றாது, அவ்வாற்றாமையினால் கதவைத் தாழிட்டுக் கொண்டு, 'காண்கின்றனகளும் கேட்கின்றனகளும்' என்னும் பாசுரத்தைச் சொல்லி அழுது கொண்டிருந்தாராம். அந்நிலையில் நெல் வேண்டி வந்த அடியவர் (ஸ்ரீ வைஷ்ணவர்) ஒருவரை உறங்காவில்லியிடம் அனுப்பி வைத்தார் உடையவர். இவ்வாறு தாசரிடத்தே அனுப்பப் பெற்ற ஸ்ரீ வைஷ்ணவர் தம் விருப்பத்தை அவரிடம் தெரிவிக்க இயலாதவராய் உடையவரிடமே திரும்பி வந்தார். உடையவர், 'ஏன்?' என்று கேட்க, அவரும், 'நான் சென்ற காரணத்தைப் பிள்ளை உறங்காவில்லி தாசரிடம் சொல்ல முடியவில்லை. அவர், 'காண்கின்றனகளும் கேட்கின்றனகளும்' என்னும் பாசுரத்தையே சொல்லிக்கொண்டு கதவை மூடி அழுதுகொண்டிருக்கிறார்' என்றார். அதைக் கேட்ட எம்பெருமானார், 'வண்பூமணிவல்லி யாரே பிரிபவர்? என்னும் அடுத்த பாசுரத்தை நீ கூறியிருக்கலாமே?' என்றாராம். இவ்வாறு எம்பெருமானார் குறிப்பிட்டதன் உட்கருத்து பிள்ளை உறங்காவில்லிதாசரைப் பிரிந்து தம்மாலும் இருக்க முடியாது என்பதைத் தெரிவிப்பதற்கேயாகும். இந்நிகழ்ச்சிக்குப் பின்னர், திட்டமிட்டபடி அவர் திருமலைப் பயணம் மேற்கொள்ளவில்லை எனக் கூறுகிறது 'ராமாநுஜார்ய திவ்ய சரிதை.'

இந்நிகழ்ச்சி இராமாநுசரைப் போலவே அவர்தம் சீடர்களும் திவ்வியப் பிரபந்தத்தில் தேர்ச்சி பெற்றிருந்தனர் என்பதைத் தெரிவிக்கிறது.

மேலும் அகத்துறை சார்ந்த பாடல்களை இயற்றும் ஆற்றல் மிக்கவராகவும் அவர் விளங்கினார் என்பதற்கும் **'ராமாநுஜார்ய திவ்ய சரிதை'** (ப.125) சான்றாகிறது.

உடன்போக்கில் தலைவியை அழைத்துச் செல்லும் தலைவன் - கொடிய பாலை நிலங்கடந்து தன்னுடன் வந்த தலைமகளை நோக்கி, 'எரிகின்ற நெருப்பிலே இட்டு உருக்கி ஓட வைத்த பொன்னைப்போல் ஒளிர்பவளே! இதோ, நம் ஊருக்கு அணிமையில் வந்து விட்டோம்' என்று தேற்றுகிற அகத்துறை ஒன்று உண்டு. **'தலைமகன் தன்பதி அடைந்தமை சாற்றல்'** என்று தஞ்சைவாணன் கோவை இதனைக் குறிப்பிடும். திருக்கோவையார் உரையிலும், 'தனது நகரைக் காட்டி அணிமை தோன்றக் கூறுதல்' என்று இத்துறைக் குறிப்புக் காணப்படுகின்றது.

நம்மாழ்வாரின் திருவிருத்தத்தில் **'நானிலம் வாய்க் கொண்டு'** என்னும் பாசுரமும் இத்தகையதே. இதற்கு விளக்கம் தரும் வாதிகேசரி அழகிய மணவாளச் சீயர், அகவற்பா நடையில் - அழகிய தமிழில்,

‘புணர்ந்துடன் போன தலைமகன்
நடந்து இளைத்த தலைவியைக் குறித்து
இடந்தலைப் பெய்தமை சொன்ன பாசுரம்’

என்று அருளிச் செய்கிறார்.

இராமாநுசர் சீடர்களுடன் திருமாலிருஞ்சோலையிலிருந்து புறப்பட்டு மதுரை சென்று கூடலழகரை வணங்கிய பின்னர், மல்லி நாட்டுத் திருவில்லிபுத்தூருக்குச் செல்லுகின்றார். சிற்றஞ்சிறு காலை தொடங்கிக் கடுகக் கால் கடுக்க நடந்த முதலிகள் - கதிரவன் தலை சாய்க்கும் இறங்கு பொழுதில் - ஆற்றாமையுடன் உடையவரை நோக்கி, ‘வில்லிபுத்தூர் இன்னும் எத்தனைக் கல் தொலைவு இருக்கும்?’ என்று வினவ, அவர்களுக்குத் தேற்றுரை கூறும் முறையில், ‘இதோ, வந்து விட்டோம்; அருகில்தான் இருக்கிறது’ என்றாராம். தலைமகன் தலைமகளுக்குக் கூறும் அகப் பொருள் மொழியில் அதனை ஒரு பாடலாகவே வெளியிடுகிறது அவரது கவிதை நெஞ்சம்.

‘முத்தூரும் வெண்ணகை யாய்கடந் தோம்முது பாலைநிலம்
எத்தூரம் போரும்முன் செல்கின்றதூரம் எனிலிரண்டு
செய்த்தூரம் போருந் திருமல்லி நாட்டு றைந்தவில்லி
புத்தூரும் பச்சைத் துழாய்மணம் நாறிய பொய்கையுமே.’

முத்துப் போன்ற மெல்லிய முறுவல் பூப்பவளே! வெம்மை மிக்க கொடிய பாலையை நாம் கடந்து வந்துவிட்டோம். வில்லிபுத்தூரை அடைவதற்கு இன்னும் இரண்டு செய்யாகிய வயல்களின் தொலைவே நாம் நடக்க வேண்டியுள்ளது. ‘இதோ, நம் ஆண்டாள் திருப்பதி மிக அணித்து’ என்பது பாடலின் கருத்து.

‘எத்தூரம் போரும்’ என்பதற்கு, ‘இன்னும் எத்தனை கல் தொலைவில் அவ்வூர் வரும்?’ என்பது பொருளாகும்.

‘போராது ஒழியாதே போந்திடு நீ’ (சி.தி.ம. கண்ணி 60) என்னும் திருமங்கை மன்னர் வாக்கில், ‘போராது’ என்பது ‘வாராது’ என்னும் பொருளில் ஆளப்பட்டுள்ளது. இதனை நோக்கப் ‘போரும்’ என்பதற்கு ‘வரும்’ என உடன்பாட்டுப் பொருள் உண்டாதல் தெளிவு.[6] இன்றும் கூடப் பேச்சு வழக்கில், ‘நாம் செல்லும் ஊர் எவ்வளவு நேரத்தில் அல்லது எத்தனை தொலைவில் வரும்?’ என்று வினவக் கேட்கலாம். இங்ஙனம் இப்பாடல் முன்னை இலக்கிய ஆட்சியுடன் அகப் பொருள் தழுவியும் அமைந்துள்ளது. மேலும், கோவை நூல்கள் கூறும் யாப்பில் - விருத்தக் கலித் துறையில்[7] பாடப்பட்டுள்ளது. அதே அகத்துறை; அதே யாப்பு. இவற்றை நோக்க, உடையவர் நல்ல தமிழறிவுடையவர் என்று அறியலாம்.

வடநாட்டிலிருந்து வந்த மாயாவாதியான யக்ஞமூர்த்தி என்பவரை வாதில் வென்று சீடராக்கிக் கொண்டவர் இராமாநுசர். அவருக்கு அருளாளப் பெருமாள் எம்பெருமானார் என்று திருநாமமிட்டு அவரை அழைத்துக்கொண்டுபோய் நம்பெருமாளைச் சேவிக்கச் செய்து, திருவரங்கத்திலேயே வாழும்படி செய்தார். அப்படி வாழ்ந்து வரும் நாளில் ஒருநாள் உடையவர் அவரைப் பார்த்து, 'வாரீர்! அருளாளப் பெருமாள் எம்பெருமானாரே! ஆழ்வார்கள் அருளிச் செய்த திவ்வியப் பிரபந்தங்களை ஓதீர்!' என்று அருளிச் செய்து, திருப்பல்லாண்டு தொடங்கி நாலாயிரமும் ஓதுவித்து, மற்றும் வேண்டுகிற தத்துவக் கல்வியெல்லாம் கற்பித்தார் என்று குருபரம்பரை நூல்கள் கூறுகின்றன. இதனால் எக்கல்விக்கும் முதற்கல்வியாகத் திவ்வியப்பிரபந்தப் பயிற்சியை அவர் முன்னிறுத்தினார் என்று அறியமுடிகின்றது.

'நம்மிடத்து இறைவன் இருப்பதால் இந்த உயிரையும் உடலையும் அவன் இருப்பதற்குத் தகுதியுள்ள இடமாகச் செய்தல் வேண்டும். நாம் தகுதியோடு வாழ முற்பட்டால் பரமபதத்தைக் காட்டிலும் இக உலக வாழ்வு நன்று' என்னும் கருத்துக் கொண்டவர் இராமாநுசர். இதன் விளக்கமாகத் தொண்டரடிப் பொடியாழ்வாரின் பாசுரம் ஒன்றை அவர் எடுத்துக் காட்டுவதுண்டு.

> 'பச்சை மாமலைபோல் மேனி பவளவாய் கமலச் செங்கண்
> அச்சுதா! அமரர் ஏறே! ஆயர்தம் கொழுந்தே! என்னும்
> இச்சுவை தவிர யான்போய் இந்திர லோகம் ஆளும்
> அச்சுவை பெறினும் வேண்டேன் அரங்கமா நகரு ளானே!'

(திருமாலை, 2)

இப்பாசுரம் கூறும் உண்மையை வற்புறுத்த, இராமாநுசர் மூன்று நூல்களை இயற்றியுள்ளதாகக் கூறுவர். அவை சரணாகதி - கத்யம், ஸ்ரீரங்க - கத்யம், வைகுண்ட - கத்யம் என்பன.

எம்பெருமானார் பகலெல்லாம் ஸ்ரீபாஷ்யத்திலே ஈடுபட்டவராக இருப்பார்; இரவு பாலமுது செய்தபிறகு பள்ளிக் கட்டிலிலே ஏறியருளியபின், வடுகநம்பியைச் 'சந்தை[8] சொல்ல வாராயோ?' என்று அழைப்பாராம். முதல் சந்தை சொல்லிக் கொடுக்கும்போதே பாசுரத்தில் மிகவும் ஈடுபட்டுப் புளகாங்கிதம் கொள்வார். இரண்டாவது முறை சொல்லும்போது நெஞ்சு உடை குலைப்பட்டுச் சிதிலராக ஆகி விடுவார். ஏதேனும் பாசுரத்தின் பொருளை நினைத்து ஈடுபட்டு விட்டாரானால் பல மேலாடைகள் கொண்டு துடைக்குமளவுக்கு எம்பெருமானாருக்குக் கண்ணீர் வெள்ளம் பெருகுமாம்.

திருவிருத்தம் (99) பெரியவாச்சான்பிள்ளை வியாக்யானத்தில் காணப்படும் குறிப்பு இது.

இங்ஙனம் ஈடுபட்டதனாலேயே திவ்வியப் பிரபந்தப் பாசுரங்களுக்குப் புதிய முறையில் அவர் பொருள் விளக்கம் செய்ததைக் காண முடிகின்றது. சில பாசுரங்களுக்கு அவர் கூறிய நுட்பமான பொருளாட்சிகள், நிர்வாகம் என்னும் பெயரில் உரைகளில் பதிவு செய்யப்பட்டுள்ளன.

'துயர் அறுசுடர்-அடி' என்னும் திருவாய்மொழித் தொடருக்கு முன்னோர்கள் சொன்ன 'அடியவர்களின் துயர் அறுக்கும் சுடர்அடி' என்ற பொருளுடன் நிறைவடையாமல், 'துயர் அறும் சுடர் அடி' என்று பொருள் கொண்டார். அதாவது, 'அடியவர்கள் துயர்தீரத் தன் துயரம் தீரும் திருவடி' என்பது இவர் கொண்ட பொருளாகும். 'அடியவர் துயரமே அவன் துயரமுமாகும் என்று சொல்லும்படி' ஆண்டவனின் ஒப்பற்ற அருளின் திறத்தைத் திருவாய்மொழியின் துணைகொண்டு நிறுவிக் காட்டினார் அவர். அவரின் தமிழறிவும் தமிழ்ச் சொற்களின் சுவை தேர் திறனுமே இதற்கு அடிப்படை யானவை எனலாம்.

இயலாகவும் இசையாகவும் சேவிக்கப்படும் திவ்வியப் பிரபந்தப் பாசுரங்களுக்கு நாடகத் தன்மையுடன் அபிநயித்துப் பொருள் கூறுவதும் உண்டு. இதனை **'அரையர் சேவை'** என்பர்.

அரையர் அபிநயம் பிடித்துப் பொருள் உணர்த்திய காலத்தில் அவற்றை நோக்கி மகிழ்ந்த இராமாநுசர், ஓர் இயக்குநருக்குரிய திறத்தோடு திருத்தங்கள் கூறியதையும் உரைகளில் காண முடிகின்றது.

> 'அன்னை என்செய்யில்என்? ஊர்என் சொல்லில்என்? தோழிமீர்!
> என்னை இனிஉமக்கு ஆசையில்லை அகப்பட்டேன்,
> முன்னை யமரர் முதல்வன் வண்துவராபதி
> மன்னன், மணிவண்ணன் வாசுதேவன் வலையுளே'

என்னும் திருவாய்மொழியில் (5.3.6) நாயகி பாவத்தில் பாடும் ஆழ்வார், வாசுதேவனுடைய வலையில் தாம் அகப்பட்டதாகக் கூறுகிறார்.

இப்பாசுரத்திற்கு அபிநயம் பிடிக்கின்றபோது ஆழ்வார் திருவரங்கப் பெருமாள் அரையர், 'வலை' என்பதற்கு மீன் பிடிக்கும் வலை போன்று தம் கைகளால் அபிநயம் பிடித்துக் காட்டினார். இதைக் கண்ட எம்பெருமானார், இறைவன் தன் திருக்கண் நோக்கினால் ஆழ்வாரை வசப்படுத்தியமையால், இங்கு ஆழ்வார் தம்மை

அகப்படுத்திய வலையாகக் குறிப்பிடுவது எம்பெருமானுடைய திருக்கண்களையே என்பதைத் தெரிவிக்கும் வகையில் 'வலை' என்று திருக்கண்களைக் காட்டியருளினார். அதாவது, இறைவனின் திருக்கண்களையே வலையாகக் காட்டி அபிநயிக்க வேண்டும் என்று அரையருக்கு உணர்த்தினார்.

இவ்வாறே, 'நின்றவாறும் இருந்தவாறும் கிடந்தவாறும் நினைப் பரியன' (எம்பெருமான் நின்றபடியும், இருந்தபடியும், கிடந்தபடியும் நினைப்பதற்கு அரியனவாகும்) என்னும் ஆழ்வார் பாசுரத்திற்குப் பல விதமான விளக்கங்களைக் கூறிய உரையாசிரியர், இராமாநுசரின் 'நிர்வாகம்' (பொருளாட்சி) ஒன்றையும் எடுத்துக் காட்டுகிறார்.

இது முன்னர்க் காட்டியதுபோல அரையர் சேவையின்போது நிகழ்ந்ததாகும்.

ஆழ்வார் திருவரங்கப் பெருமாள் அரையர் ஒருமுறை 'நின்றவாறும் இருந்தவாறும்' என்னும் இப்பாசுரத்தைப் பாடியபோது, 'இவை யெல்லாம் கண்ணபிரான் தொட்டிலிலே செய்தவை' என்று எம்பெருமானார் அருளிச் செய்தாராம். அதாவது சிறு குழந்தையான கண்ணன் தொட்டிலில் சங்கிலியைப் பிடித்துக்கொண்டு நின்றது; குழந்தையாகையால் தரித்து நிற்க முடியாமல் தொட்டிலிலேயே அமர்ந்துவிட்டது; அதுவும் முடியாமல் தொட்டிலிலேயே சாய்ந்து சயனித்தது ஆகியவற்றையே இங்கு 'நின்றவாறும் இருந்தவாறும் கிடந்தவாறும்' என்று ஆழ்வார் அருளிச் செய்ததாக அவர் விளக்கம் அளித்தாராம். 'பிறந்தவாறும்' என்னும் திருவாய்மொழி முழுவதுமே ஆழ்வாரின் கிருஷ்ணாவதார அனுபவமாகையாலே, வேறு வகையாக அன்றி இப்பாசுரத்தையும் கிருஷ்ணாவதார அனுபவமாகக் கொள்ளுதலே பொருத்தம் என்பது அவர் கருத்தாகும்.

இவையன்றி ஆழ்வார் பாசுரங்களின் பொருளை விளக்குதற்கு இறையனார் களவியல் போன்ற தமிழ் நூல்களிலிருந்து அவர் மேற்கோள் காட்டியிருப்பதும் அவரின் தமிழ்ப் புலமைக்குச் சான்றாகின்றது.

> 'மாறில்போர் அரக்கன் மதிள்நீறுஎழச் செற்றுகந்த
> ஏறுசேவகனார்க்கு என்னையும் உளள் என்மின்களே'

என்பது நம்மாழ்வார், நாயகி நிலையில் பாடிய பாசுரப் பகுதியாகும்.

எம்பெருமானிடத்தில் பறவைகளைத் தூது அனுப்புகிற பராங்குச நாயகி, 'தலைவனிடத்திலே நான் ஒருத்தி உயிருடன் இருக்கிறேன் என்பதைக் கூறுங்கள்' என்கிறாள்.

‘தன்னைப் பிரிந்தவர்கள் எவரும் உயிர் தரித்திருக்க மாட்டார்கள் என்று கருதியே எம்பெருமான் மீண்டும் வரவில்லை. இந்நிலையில் நான் ஒருத்தி உயிருடன் இருப்பதை அவனுக்கு நினைவூட்டுங்கள்’ என்று பராங்குச நாயகி கூறுவதாக இதற்கு ஆளவந்தார் பொருள் கொண்டார்.

எம்பெருமானார் இதைக் கேட்டு, ‘இப்பொருள் அழகியதுதான். ஆயினும் உத்தம நாயகனும் நாயகியும் ஒருவரை விட்டு ஒருவர் பிரிந்து வெவ்வேறு இடங்களில் இருந்தாலும் ஒருவர் உயிருடன் இருந்தால் மற்றொருவரும் உயிருடனே இருப்பார்கள். ஒருவர் இறந்துவிட்டால் மற்றொருவர் அதை அறியாவிட்டாலும் அவர்களுடைய உயிர் தானாகவே பிரிந்துவிடும். இதைத் தமிழ்ப் புலவர்கள் ***‘இன்றியமையாமை’*** என்பர். எம்பெருமான் தான் உளனாகையால் நாயகியும் உளள் என்பதை அறிந்தே இருப்பான். அவன், ‘வாலி, இராவணன் முதலிய பகைவர்களை அழித்து சுக்கிரீவன், வீடணன் முதலிய அடியவர்களுக்கு முடிசூட்டிச் செய்ய வேண்டிய செயல்களையெல்லாம் செய்து விட்டோம். இனிச் செய்ய வேண்டுவது ஒன்றுமில்லை என்று நினைத்திருக்கிறான்’. அவனிடம் சென்று, இன்னும் அவனால் காப்பாற்றப்பட வேண்டியவள் நான் ஒருத்தி இருக்கிறேன் என்பதைச் சொல்லுங்கள் என்கிறாள் பராங்குச நாயகி’ என்று பொருள் உரைத்தார்.

இங்ஙனம் அவர் நயம்பட உரைத்ததற்கு இறையனார் களவியல் உரை கூறும், ‘ஒருவர் ஒருவரை இன்றியமையாமை’ என்பது அவருக்குக் கை கொடுத்திருக்கிறது. இத்தகைய குறிப்புகள், தமிழ் இலக்கண நூல்களிலும் அவருக்கிருந்த பயிற்சியை எடுத்துக்காட்டுகின்றன.

இவ்வாறு திவ்வியப் பிரபந்தப் பாசுரங்களுக்குக் கற்றோர் வியக்கும் முறையிலும் ஏற்கும் வகையிலும் பொருள் கூறிய உடையவர், தாம் கூறும் பொருளையே சிறந்தது எனக் கருதியது இல்லை. மற்றவர் கூறும் பொருளை ‘அழகியது’ என மதித்துக் கொண்டாடியவர் அவர். தம்மைப் போலவே பிறருக்கிருந்த திவ்வியப் பிரபந்த ஈடுபாட்டையும் மதித்துப் போற்றிய பெருந்தன்மை அவருக்கே உரியது.

ஒருமுறை ஆழ்வானிடம் திருவாய்மொழி காலட்சேபம் கேட்டுத் திரும்பிய கிடாம்பியாச்சானைப் பார்த்து, ‘இன்று ஆழ்வான் கூறியது என்ன? நீ கேட்டது என்ன?’ என்று வினவினாராம் எம்பெருமானார். அதற்கு ஆச்சான், ‘ஒரு வார்த்தையும் சொல்லவில்லை. இன்று ‘பிறந்தவாறும்’ என்கிற திருவாய்மொழியை *(5.10)* விளக்கத் தொடங்கிய ஆழ்வான், முதலில் ஒரு முறை பாசுரத்தை அனுசந்தித்தார். உடனே அதன் பொருள் நெஞ்சிலே ஓடி, உள்ளம்

உருக ஆழ்வாருடைய ஈடுபாட்டை நினைத்துக்கொண்டு நெடுநேரம் கண்ணீர் பெருக்கினார். 'இவ்வாழ்வாரும் ஒருவரே! இவருக்கு இருக்கின்ற ஈடுபாட்டை, ஈடுபாடில்லாத நாம் விளக்குவது எப்படி?' என்று கூறி, இன்றைக்கு என்னால் சொல்ல முடியாது விட்டு விடுங்கள்' என்று முடித்துவிட்டார் என்றார் கிடாம்பியாச்சான். இதை கேட்ட எம்பெருமானார், 'ஆழ்வானுடைய ஈடுபாடுதான் என்னே!' என்று அருளிச் செய்தாராம்.

இவ்வாறு ஆழ்வார் பாசுரங்களுக்குச் செவிலித் தாயாகி அவற்றைப் பேணி வளர்த்துக் காத்த போதிலும் பிரம்ம சூத்திரத்துக்கு விரிவுரை செய்ததுபோல, திவ்வியப் பிரபந்தங்களுக்கு அவர் உரை செய்ய வில்லை. அத்தகையதொரு வேண்டுகோள் அவர் முன் வைக்கப்பட்ட போது, தாம் உரையெழுதாமைக்கான காரணத்தைப் பின்வருமாறு விளக்கினார்.

'அவரவர் அறிவுத் திறனுக்கும் பக்திச் சிறப்புக்கும் ஏற்பப் பொருள் சுரப்பன ஆழ்வார் பாசுரங்கள். அவைகளுக்கு நான் உரையிட்டால் வரம்பிட்டதுபோல் ஆகிவிடும். சில மந்த மதிகளுக்கு இவ்வளவே பொருள் என்று தோன்றும்.' - எத்தகைய தொலைநோக்குப் பார்வை இது!

இதனால் பிறர் உரை செய்வதற்கு அவர் தடையாக நிற்கவில்லை என்பது விளங்கும்; மேலும், புதிய உரைகள் தோன்றுவதை அவர் ஊக்குவித்தார் என்பதும் புலப்படும்.

'ஆழ்வான் இன்று திருவாய்மொழிக்குக் கூறிய பொருள் என்ன?' என்று தெரிந்துகொள்வதில் காட்டிய ஆர்வமும், தாம் நுண்பொருள் கண்ட போதிலும் அதே தொடருக்கு முன்னையோர் கொண்ட பொருளும் சிறந்ததே என்று கொண்டாடிய பாங்கும் அவரின் குணச் சிறப்பைப் புலப்படுத்தும். திருவரங்கத்தமுதனார் அவரைக் **'குணந்திகழ் கொண்டல்'** எனக் கொண்டாடியது எத்துணைப் பொருத்தம்!

உடையவர் காலம்வரை திவ்வியப் பிரபந்தப் பாசுரங்களுக்கான விளக்கங்கள் அடியவர் கூட்டத்தில் சொல்லி அனுபவிக்கப்படும் நிலையிலேயே அமைந்தன. அவை ஏடுபடுத்தப்படவில்லை. அந்நிலையில் தம் சீடரான திருக்குருகைப்பிரான் பிள்ளான் என்பவரைத் திருவாய்மொழிக்கு உரையெழுதுமாறு பணித்தார் இராமாநுசர். அதன் பயனாய் அவரித்ததே ஆறாயிரப்படி என்னும் உரை விளக்கம். அதன் பின்னர் நஞ்சீயரின் ஒன்பதினாயிரப்படியும், பெரியவாச்சான் பிள்ளையின் இருபத்து நாலாயிரப்படியும், நம்பிள்ளையின் முப்பத்தாறாயிரப் படியும்[9], அழகிய மணவாளச் சீயரின்

பன்னீராயிரப்படியும் எழுந்தன. இவ்வைந்து உரைகளும் நாலாயிரத்தின் ஒரு பகுதியான திருவாய் மொழிக்கு மட்டுமே அமைந்தவை. இவை யாவும் பகவத் விஷயம் என்னும் பெயரில் எழுத்தெண்ணிக் காக்கப்படும் ஞானச் செல்வங்களாகத் திகழ்கின்றன. திருவாய்மொழியைக் காலம் முழுதும் கட்டிக் காக்கும் அரண்களாகவும் திகழ்கின்றன.

இங்ஙனம் இராமாநுசர் காட்டிய வழியில் மற்றுமுள்ள மூவாயிரத்துக்கும் (முதலாயிரம், திருமொழி, இயற்பா) பின்னர் உரை நூல்கள் தோன்ற லாயின. நாம் மேலே குறித்த உரையாசிரியர்களோடு, 'தெள்ளார் வடக்குத் திருவீதிப் பிள்ளை, மணவாள யோகி, அழகிய மணவாளப் பெருமாள் நாயனார், ஆய் என்ற ஐநந்யாசார்யர், மணவாள மாமுனிகள் போன்ற உரையாசிரியர்களும் தோன்றித் திவ்வியப் பிரபந்தங்களைக் காத்த குணவாளர்களாகத் திகழ்கிறார்கள்.

இத்தனைக்கும் ஆதிமூலமாக அமைந்தவர் இராமாநுசர் அல்லரோ?

எனவேதான் நாம் முன்னர்க் குறித்ததுபோல,

> 'வான்திகழும் சோலைமதிளரங்கர் வண்புகழ்மேல்
> ஆன்றதமிழ்மறைகள் ஆயிரமும் - ஈன்ற
> முதல்தாய் சடகோபன்; மொய்ம்பால் வளர்த்த
> இதத்தாய் இராமா நுசன்'

என்று வைணவ உலகம் வாயாரப் பாடி மகிழ்கின்றது.

செந்தமிழ் பாடுவார் வீதி

வைணவத் திருக்கோயில்களில் ஆழ்வார்களின் அருளிச் செயலான பிரபந்தங்களை இசையுடன் பாடி அபிநயித்து அவற்றின் வியாக்கியானங்களை அழகுறப் பேசி நடிக்கும் முத்தமிழ்க் கலை ஒன்று நாதமுனிகள் காலம் தொடங்கி நடைபெற்று வருகின்றது. 'அரையர் சேவை' என்பது அக்கலையின் பெயராகும். அரையர்[10] இறைவனுக்குச் செய்யும் தொண்டு என்பது இதன் பொருள். இயல், இசை, நாடகம் எனும் முத்தமிழ் மரபின் தொடர்ச்சியாக இதைக் கருதலாம். எளிய மக்களும் உணருமாறு ஆழ்வார் பாசுரங்களைப் பண்ணும் கூத்துமாக வெளியிடுவதே இக்கலையின் நோக்கமாகும். அந்நாளில் வைணவத் திருக்கோயில்களில் 'அரையர் சேவை' நடைபெற்று வந்ததற்கான சான்றுகளை 'ஈடு' முதலிய உரை நூல்களில் காணலாம். இராமாநுசரும் ஒரு பார்வையாளராக இருந்து இக் கலையினை ஆதரித்தும் அபிமானித்தும் இதன் வளர்ச்சிக்கு உதவியதை முன்பே குறித்தோம்.

இவ்வருங்கலையைத் தொடர்ந்து காத்த பெருமை உடையவருக்கே உரியது. தம் காலத்தில் திருவரங்கத்தில் அரையர்களுக்கான மனையிடங் களை ஒதுக்கி இல்லங்களை அமைத்து - அவ்வீதிக்குச் 'செந்தமிழ் பாடுவார் வீதி' என்று இராமாநுசர் பெயரிட்டதாக அறிகிறோம்.

முதலாம் குலோத்துங்கன் முதலான அரசர்கள் காலத்திலும் இவ்வரையர் சேவைக்கான அறக் கொடைகள் அளிக்கப்பட்டு வந்தன. ஆயினும் அத்தகைய ஆதரவுகள் இடையறவுபட்டதால் இன்று கோயில்களில் அரையர் நிகழ்ச்சி நடைபெறுவது அருகிவிட்டது. திருவரங்கம், திருவில்லிபுத்தூர், ஆழ்வார் திருநகரி ஆகிய மூன்று ஊர்களில் மட்டுமே அரையர் சேவை நிகழ்ந்து வருகின்றது. இவ்வூர்களிலும் ஒன்றிரண்டு அரையர் குடும்பங்களே இன்று உள்ளன. உடையவர் போன்ற 'தமிழ்க் காப்பாளர்கள்' இன்றைக்கு இல்லை என்பதைச் சொல்லாமல் சொல்லும் அவல நிலை இது.

எம்பெருமானாரின் கவித் திறம்

தமிழில் நூல் எதுவும் செய்யாத இராமாநுசர் ஆழ்வார்களின் அருளிச் செயல்களுக்குப் பாடிய தனியன்கள் சில அவரின் கவித் திறத்தையும் கலை வாழ்வையும் எடுத்துக் காட்டுகின்றன. பெருமாள் திருமொழி, பெரிய திருமொழி, பெரிய திருவந்தாதி ஆகிய மூன்று பிரபந்தங் களுக்கும் அவர் பாடிய மூன்று வெண்பாக்கள் இங்கு குறிப்பிடத்தக்கவை. ஒரு சோற்றுப் பதமாகக் குலசேகராழ்வாரின் பெருமாள் திருமொழிக்குப் பாடிய தனியனின் சிறப்பை மட்டும் இங்கு எடுத்துக் காட்டுவோம்.

> 'இன்னமுதம் ஊட்டுகேன் இங்கேவா பைங்கிளியே!
> தென்னரங்கம் பாடவல்ல சீர்ப்பெருமாள்-பொன்னஞ்
> சிலைசேர் நுதலியர்வேள் சேரலர்கோன் எங்கள்
> குலசேக ரன்என்றே கூறு'

என்பது பாடல்.

'இராமாநுச நாயகி'யின் 'மணிவல்லிப்' பேச்சு இது.

தலைவி கிளியை நோக்கிப் பேசுகிறாள். இன்னடிசிலோடு பாலமுது ஊட்டி வளர்த்த கோலக் கிளி அது. அக்கிளிக்குத் தலைவனாகிய குலசேகரன் பெயரைக் கற்பித்துக் கிளியின் வாயால் அப்பெயரைக் கேட்க விரும்பும் தலைவியின் பேச்சாக இது பாடப்பட்டுள்ளது.

பிரேமை பெருகிய நிலையில் இறைவன் திறத்துப் பெண்ணாக மாறிப் பேசுவது ஆழ்வார்களின் இயல்பு. அதே நிலைதான் இங்கும். ஆனால்,

இறைவனுக்குப் பதிலாக இறைவனைப் பாடிய ஆழ்வாரின் மீது காதல் பொங்குகிறது இராமாநுசருக்கு. தான் வளர்த்த கிளியிடம் நாயகனான, 'குலசேகரன்' என்னும் பெயரைக் கூறுமாறு கொஞ்சுகிறாள் நாயகி. அவளின் கொஞ்சலுக்கு இரங்கிக் கிளியும் 'குலசேகரன்' என்னும் காதலன் பெயரைக் காதலி கேட்டு நெஞ்சம் குழையுமாறு பலமுறையும் கூறி மகிழ்விக்கின்றது. அந்நிலையில்,

'வளர்த்ததனால் பயன்பெற்றேன் 'வருக' என்று
மடக்கிளியைக் கைகூப்பி வணங்கி னாளே'

என்று பரகால நாயகியைப்போல் 'இராமாநுச நாயகி'யும் பரவசம் அடைந்திருப்பாள்.

இத்தகைய எண்ணங்களுக்கு இடமளிக்கும் வகையில் ஒரு கலைச் சுரங்கமாகத் திகழ்கிறது இந்தக் கவிதை.

ஆழ்வார்கள் காட்டிய வழியில் பழைய அகப்பொருள் மரபைத் தழுவி, இராமாநுசர் பாடிய இந்தக் 'காதல் கவிதை' சங்கப் பாடல் ஒன்றையும் நினைவூட்டுகின்றது. 'செந்தார்ப் பைங்கிளி முன்கை ஏந்தி' - கிளியை நோக்கித் தலைவி பேசுகின்றாள்:

'கிளியே! பிரிந்து சென்ற நம் தலைவரைப் பற்றி ஒன்று நீ உரைக்க மாட்டாயா? அதுவும் அவர் 'இன்றே வருவார்' என்னும் வார்த்தையாக இருக்கக் கூடாதா?' என்று வீட்டில் உள்ளார் அறியாவண்ணம் தான் பேசப் பழக்கிய கிளியைப் பார்த்து நாணத்துடன் மொழிந்தாளாம். அகநானூறு (34) காட்டும் அன்புச் சித்திரம் இது.

ஆக, முன்னை அகத்தமிழ் மரபின் தொடர்ச்சியையே இந்த நேரிசை வெண்பா நமக்கு அடையாளம் காட்டுகிறது.

உணர்ச்சித் தெறிப்பே சிறந்த கவிதையாவதுண்டு. உடையவரும் அத்தகைய கவிதையனுபவம் உடையவர் என்பதற்கு மேலும் ஒரு சான்று காட்டலாம். திருவழுதி நாட்டின் பொருநையாற்றங்கரையில் உள்ள நம்மாழ்வாரின் பிறப்பிடமான திருக்குருகூரை அடைந்ததுமே,

'இதுவோ திருநகரி, ஈதோ பொருநல்,
இதுவோ பரமபதத்து எல்லை - இதுவோதான்
வேதம் பகர்ந்திட்ட மெய்ப் பொருளின் உட்பொருளை
ஓதும் சடகோபன் ஊர்'

என்று உணர்ச்சியின் எல்லையிலே நின்று உருகுகின்றார்.

இன்றும் கூடப் படிப்பவர் நெஞ்சத்தில் அன்றைக்கு எம்பெருமானார் உள்ளத்தில் பிறந்த அதே பரவசத்தை - உணர்ச்சி பாவத்தை எழுப்புகிற பாட்டல்லவா இது!

இங்குப் பிறிதொரு கருத்தையும் நாம் எண்ணிப் பார்க்கலாம். தமிழ் யாப்பில் இலக்கணக் கட்டுப்பாடுகள் அதிகம் கொண்டது வெண்பா என்னும் பா வகையாகும். தளை தட்டாமல் வெண்பா இயற்றுவது அரிது. எனவேதான், 'புலவர்க்கு வெண்பா புலி' என்ற கூற்றும் எழுந்தது. அந்த வெண்பா யாப்பிலேயே இராமாநுசர் - தம் பாடல்களை அமைத்திருப்பதும் அவை இலக்கணத்தால் மட்டுமன்றி இலக்கியச் சிறப்பாலும் கற்றாரைப் பிணிக்கும் கலை நயத்தோடு திகழ்வதும் இங்குக் குறிப்பிடத்தக்கவை.

இராமாநுசர் காலத்தில் வாழ்ந்த கவிவாணர்கள் அவருடைய இந்தக் கவித் திறத்தில் மனம் பறிகொடுத்திருக்கக் கூடும். இதனைக் குறிப்பாக உணர்த்துவதுபோல இராமாநுசர் நூற்றந்தாதிப் பாசுரம் ஒன்று அமைந்துள்ளது. 'சொல்லும் பொருளும் பொருந்தத் தொடுக்கும் கவிவாணர்கள் அவரிடத்தே அன்புகொண்டு மயங்கி வாழ்த்தினார் களாம்.' இதனை,

> 'இயலும் பொருளும் இசையத்தொடுத்து ஈன்கவிகள் அன்பால்
> மயல்கொண்டு வாழ்த்தும் இராமாநுசன்'

என்று குறிக்கிறது அப்பாசுரம்.

இராமாநுசர் வாழ்க்கையில் நிகழ்ந்த இத்தகைய நிகழ்ச்சிகளைக் கருதியே எம்பெருமானார் வாழ்வைக் கலை வாழ்வாகக் காண்கிறார் அறிஞர் தெ.பொ.மீ.

'இராமாநுசர்' என்னும் திருப்பெயர்

'ராம, அநுஜ என்னும் இரு வடசொற்கள் இணைந்து தமிழ் மரபுக்கேற்ப இறுதியில் ஆண்பால் 'அன்' விகுதி பெற்று அமைந்த பெயரே 'ராமாநுஜன்' என்பது. தமிழில் மொழிக்கு முதலில் 'ர'கரம் வராது; ஆதலால், 'இ'கர உயிர் சேர்த்து 'இராமாநுசன்' எனக் குறித்தலே தமிழ் இலக்கணத்துக்குப் பொருந்துவதாகும். இராமாநுசர், இத்தமிழ் இலக்கண மரபைப் போற்றி 'இராமாநுசன்' என்றே கையெழுத்திட்டதாகக் கூறுகின்றனர். திருநாராயணபுரத்தில் உள்ள ஏடுகளில் இருந்து எடுக்கப்பெற்ற புகைப்பட நகல்கள் மூலம் இதனை நாம் உறுதி செய்துகொள்ள முடிகின்றது. இதனால் வடமொழியில் வல்லவராக விளங்கிய இராமாநுசர் தமிழ் மரபினை உணர்ந்து அதனைக் காப்பவராக விளங்கினர் என்று அறியலாம்.

'வடசொற்களைத் தமிழில் வழங்கும்போது வடமொழி எழுத்துக்களை நீக்கித் தமிழ் எழுத்துக்களால் எழுத வேண்டும்' எனத் தொல்காப்பியம் (884) குறிப்பிடுகின்றது. அக்குறிப்பின்படியே, ஆழ்வார்கள் வடசொற்களைக் கையாண்டிருப்பதை அருளிச் செயல் பாசுரங்களில் காணலாம். ஆழ்வார்கள் காட்டிய நெறியிலேயே உடையவரின் தமிழ்ப் பணியும் அமைந்திருந்தது என்பதற்குத் தக்க எடுத்துக்காட்டாகும் இது.

இத்தகைய பின்னணியில் நோக்கும்போது அவரின் தமிழ்ப் பணிகள் முன்னைய மரபைத் தழுவிக் காப்பு, வளர்ச்சி ஆகிய இரு நிலைகளில் அமைந்தன எனத் தெளியலாம்.

இங்கு நாம் இறுதியாக விளக்கிய தமிழப் பணி உட்படச் சமய, தத்துவ உலகில் இராமானுசர் செய்த அரும் பணிகள் பலவாகும்.

மனிதர்களைக் கடைத்தேற்றவும் கரையேற்றவும் பிறந்த 'உத்தாரகர்' என்று வைணவ நூல்கள் அவரைக் கொண்டாடுகின்றன.

இதுவரை நாம் விவரித்த நிகழ்ச்சிகளின் மூலமே அவரின் பணிகள் சமுதாயத்தின் அடித்தட்டு மக்களையும் மேம்படுத்தும் பணிகளாக - பாரினை உயர்த்தும் பணிகளாக அமைந்தவை என்று அறிந்து கொள்ளலாம்.

சமய உலகின் அந்தகாரத்தை நீக்குதற்குப் 'பொங்கி வரும் புது நிலவு' போன்றது இராமானுசரின் வரவு.

பசித்துப் பல நாள் பட்டினி கிடந்தவனுக்கு 'அமிழ்தம் அகப்பட்டது' போன்றது சமுதாயத்துக்கு அவர் ஆற்றிய பணி.

இராமானுசரின் வரவும் கொடையும் பற்றிய இம்மதிப்பீடு மெய்யானதே என்பதை அவரது மானுடம் தழுவிய பணிகளை நோக்குவார் எவரும் எளிதில் உணர்ந்துகொள்ளலாம்.

6

வாழ்நெறி காட்டிய வாக்கு

உலகை வாழ்விக்கப் பிறந்த சான்றோர்களுக்கு அமர வாழ்வு தருவன அவர்தம் சொற்களே ஆகும். அவர்களின் பூதவுடம்பு அழிந்தபோதும் அவர்களைப் பொன்றாப்புகழுக்கு உரியவர்களாக்கும் ஆற்றல் சொற்களுக்கே உண்டு. செயல்களுக்குச் சிறகு தருவன சொற்களே.

சான்றோர்களும் தத்துவ ஞானிகளும் சிந்தனை யாளர்களும் உலகுக்கு வாழ்நெறி காட்டும் வாக்கினை வழங்கிச் சென்றிருக்கிறார்கள். அந்த வாக்கே உலகை வாழ்விக்கின்றது; இடையறாது இயக்குகின்றது. அவர்கள் தம் சிந்தனைகளை நூல்களாக வடிக்காமலும், சீடர்கள் வழி உலகுக்கு வழங்காமலும் போயிருந்தால் வையகம் வாழ்ந்திருக்குமா? மானுடம் மேம்பட்டிருக்குமா? இந்த வள்ளன்மையைக் குறித்தே, ‘வண்சடகோபன்’ என்றும், ‘கம்ப நாடுடைய வள்ளல்’ என்றும் கொண்டாடும் மரபு நம்மிடையே தோன்றியது.

அந்த மரபின் தொடர்ச்சியாகவே இராமாநுசரின் ‘வள்ளல்தனத்தைக்’ கொண்டாடுகின்றார் திருவரங் கத்தமுதனார். நூற்றெட்டுப் பாசுரங்கள் கொண்ட இராமாநுசர் நூற்றந்தாதியில் ‘செறுகலியால் வருந்திய ஞாலத்தை எடுத்து அளித்த’ அவரின் வண்மையினைப் பன்னிரண்டு இடங்களில்

சிறப்பித்துப் பேசுகிறார் அவர். இவ்வண்மை மூன்று பாடல்களில் (71, 72, 73) தொடர்ச்சியாக நினைக்கப்படுவதையும் இங்குக் குறிப்பிட்டாக வேண்டும்.

'வண்மையி னாலும்தன் மாதக வாலும் மதிபுரையும்
தண்மையி னாலும்இத் தாரணி யோர்கட்குத் தான்சரணாய்
உண்மைநன் ஞானம் உரைத்த இராமாநுசன்...' *(73)*

என்பது அவற்றுள் ஒரு பாடல். இங்குப் பொருளின் சீர்மையையோ, பெறு வோரின் தகுதியையோ பாராது வண்மையே காரணமாக - உலகுக்கு அவர் செய்த உபதேசத்தை - உண்மைநல் - ஞானத்தைப் பற்றிப் பேசுகின்றார் அவர்.

நம் வசதிக்காக - இராமாநுசர் உலகுக்கு உரைத்த வாக்கினை இரு வகையாகப் பகுத்துக் காணலாம்.

தத்துவ ஞானத்தின் எல்லைகண்டு, மெய்யுணர்வில் என்றும் குன்றாதவராய், **'மெய்ம்மதிக்கடலாய்'** விளங்கியவர் இராமாநுசர். அதன் பயனாய் அறிவுலகுக்கு - பிற சமயத்தவர் உள்ளிட்ட - சமய தத்துவ ஞானியர்களுக்கு - தம் நூல்களின் வழியாகவும், வாதங்களின் மூலமாகவும் தந்த விளக்கங்கள் ஒருவகை. சாதாரண மக்களுக்கும் பயன்படும்வகையில் அமைந்த உபதேசங்கள் பிறிதொரு வகை.

முதல்வகை சார்ந்த கருத்துகளைக் கற்றுத் துறைபோய அறிஞர்களே விளங்கிக்கொள்ள முடியும்; உணர்ந்துகொள்ள முடியும். குறிப்பாக அவர் இயற்றிய ஸ்ரீபாஷ்யத்தில் அத்வைதக் கொள்கையை மறுத்து விசிட்டாத்வைதத்தை நிலைநாட்டிய பாங்கு அறிஞர் உலகுக்கு விருந்தாய் அமையும்.

'உலகம் உண்மையானது; மாயை அல்ல. பகவான் ஸமஸ்த கல்யாண குணங்களின்[1] இருப்பிடம். அவனே பர, வியூஹ, விபவ, அர்ச்சை, அந்தர்யாமி[2] ஆகிய ஐந்து நிலைகளிலும் உள்ளான்.'

'நித்யமாயும் ஜீவ சமூகங்களைக் கடந்தவனாயும் பகவான் இருப்பான். கல்யாண குணங்களின் இருப்பிடமாக உள்ளவன் அவன். குற்றங்கள் எதுவுமே இல்லாத யாரையும்விடத் தனிப்பட்ட முழுமை உடையவன். நமக்காக அவன், தன் வாத்சல்ய, சௌசீல்ய, சௌலப்ய, ஆர்ஜவ[3] குணங்களால் நம்மை ஏற்றுத் திறம் பெறச் செய்கிறான்' என்று இராமாநுசர் தம் சிந்தாந்தக் கருத்துகளை வெளியிட்டுள்ளார்.

'பிருஹ்மம்' என்ற சொல்லை ஆராய்வோம். 'பிருஹத்' என்ற சொல்லினின்றும் பெறப்படுவது இது. 'பிருஹ்மம்' என்றால் நிறையுள்ள பரிபூரணமான குணங்களுடன் கூடிய அரும்பொருள் என்று பொருள்.

‘பிருஹ்மத்தை நேராக உய்த்துணரும் அனுபவமே உபாசனை.’

‘பிருஹ்மத்தை அறிவதைக் காட்டிலும் வேத வாக்கியங்களால் உணர முடியும்.’

‘வேத வாக்கியங்கள் நினைவை உள்செலுத்தித் தியானம் செய்யச் சொல்கின்றன.’

‘ஞானம், அது நிற்கும் அளவில் பொருளைத் தெளிவுறுத்திக் காட்டுகிறது.’

இத்தகைய இராமாநுசரின் வாக்குகள் அவர் தாம் கண்டுணர்ந்த மெய்யுணர்வை அறிவுலகுக்கு உணர்த்தும் வகையில் அமைந்தவை; நான்கு வேதங்களாகிய சுடரொளியின் துணை கொண்டு - நாராயணனே உயிரை உடையவன் - (அதாவது ஆத்மாவுக்கே உடையவனான ஆத்மாவாய் இருப்பவன்) என்னும் கருத்தை நிலைநாட்டி அத்வைத இருளை நீக்கியவை. எனவேதான்,

‘கலியிருளே
மிடைதரு காலத்து இராமா நுசன்மிக்க நான்மறையின்
சுடரொளி யால் அவ்விருளை’

அகற்றியதாகக் குறித்தார் அமுதனார்.

அவரின் வாய்மொழிகள் அறிவுலகுக்குப் பயன்பட்ட வகை இது.

இனிக் கல்லார்க்கும் கற்றார்க்கும் களிப்பருளும் வகையிலும் எல்லாரும் எளிதில் கடைப்பிடிக்கத்தக்க முறையிலும் அவர் கூறிய அமுத மொழிகள் பலவுண்டு. அவற்றுள் சிலவற்றை இங்குத் தொகுத்துக் காண்போம்.

‘பிறர் துக்கம் கண்டு பொறுக்க முடியாதவனாக எவன் இருக்கிறானோ அவனே உண்மையான வைணவன்’ என்பது உடையவரின் முடிவான கொள்கை. இது அவரால் உருவாக்கப்பட்டு, அவர்தம் சீடர் பரம்பரையால் போற்றி வளர்க்கப்பட்டதை நூல்கள் வழியாக அறியலாம்.

இராமாநுசருக்குப் பின் வைணவ சமயத் தலைவராக, அவராலேயே அறிவிக்கப்பட்டவர் பராசர பட்டர். பட்டரின் சீடராக விளங்கியவர் நஞ்சீயர். ஒருமுறை நஞ்சீயர், ‘வைணவன் யாவன்?’ என்பதற்குப் பின்வருமாறு விளக்கம் கூறினார்.

‘ஒருவன் தனக்கு வைணவத் தன்மை ‘உண்டு, இல்லை’ என்பதைத் தானே அறிந்துகொள்ளலாம். பிறர் துன்பம் கண்டு ‘ஐயோ!’ என்று இரங்கினால், அவன், ‘நமக்கு இறைவனோடு தொடர்புண்டு’ என்று

கருதுதல் பொருந்தும். 'இத்தனைத் துன்பம் இவன் பட வேண்டியவனே' என்று நினைப்பானாகில், 'நமக்கு அத்தகைய தொடர்பில்லை' என்னும் முடிவுக்கு அவனே வந்துவிடலாம்' என்றார். இதனைப் பலமுறையும் பல்வேறு சந்தர்ப்பங்களில் அவர் கூறியதாக ஈட்டுரை குறிப்பிடுகிறது.

'பக்கத் திருப்பவர் துன்பம் தன்னைப்
பார்க்கப் பொறாதவன் புண்ணியமூர்த்தி'

என்று நம் காலத்துக் கவிஞரான பாரதியார் பாடியதைத்தான் இது நினைவூட்டுகின்றது. காந்தியடிகளுக்குப் பிடித்தமான 'வைஷ்ணவ ஜனதோ' என்னும் பாடலும் இக்கருத்துக் கொண்டதே ஆகும்.

இராமானுசரின் எல்லையற்ற கருணையும் மனித நேயமுமே அவரின் சீடர் பரம்பரையிடத்திலும் வழிவழியாக இத்தகைய சிந்தனைகளை வளர்த்து வந்திருக்க வேண்டும்.

செய்யும் செயல்களில்தான் வாழ்க்கை இருக்கிறது என்பதை உணர்ந்து நடந்தவர் இராமானுசர். எனவே, சொல்லைச் சுருக்கிச் செயலைப் பெருக்கியவர் அவர். செயல்பாடுகளின் நுட்பங்கள் சிலருக்கு விளங்காத போது தேவையான விளக்கம் கொடுக்க அவர் தயங்கியதில்லை. 'தீண்டத்தகாதவர் உறங்காவில்லி' என்னும் அந்தணர்களின் கருத்தினை மாற்ற அவர் சொன்ன அமுத வாக்கு ஒன்று இங்கு எடுத்துக்காட்டத் தக்கது.

'இரும்பைப் பொன்னாக மாற்றுகின்ற வேதகப் பொன்னைப் போன்றவர் (ஸ்பர்சவேதி) பிள்ளை உறங்காவில்லிதாசர். உள்ளத்தால் தூயரான அவரின் ஸ்பரிசம் (தீண்டுதல்) சாதியபிமானம் என்னும் நமது குற்றத்தை நீக்கி நம்மைத் தூய்மை செய்ய வல்லது' என்றாராம். அவர் அவ்வாறு குறிப்பிட்டதாலே, அன்று முதலாகத் தாசருக்கு 'ராமானுச ஸ்பர்சவேதி'[4] என்னும் சிறப்புப் பெயர் ஏற்பட்டதாம். உடையவரின் இந்தப் பொன்னான வாக்கினை ஆறாயிரப்படி குரு பரம்பரையிலும் வார்த்தாமாலையிலும் (326) கண்டு மகிழலாம்.

'ஆசார்யனுடைய திருவடி சம்பந்தத்தால் அடியவர்கள் உய்வு பெறலாம்' என்பது வைணவக் கொள்கை. ஒருமுறை கூரத்தாழ்வான் இறைவனிடம், 'அடியேனோடு சம்பந்தம் உடையவர்கள் எல்லாரும் பரமபதம் பெற வேண்டும்' என்று வேண்டிக் கொள்ள, இறைவனும் 'தந்தோம்' என்றான். இதைக் கேட்ட உடையவர் தம் மேலாடையைக் கையில் பிடித்துக்கொண்டு உயர எறிந்து மகிழ்ச்சிக் கூத்தாடினாராம். அருகில் இருந்தவர்கள் வியப்படைந்து காரணம் கேட்க, 'நமக்கு ஆழ்வானோடு சம்பந்தம் உண்டாகையாலே, நாம் பரமபதம்

பெறலாமே' என்றாராம். இதனால் ஆசார்ய சம்பந்தம் மட்டுமன்றி சீரிய நற்சீடனின் சம்பந்தம் பரமபதமளிக்க வல்லது என்பதைத் தம் வாக்கின் மூலமாகவே உலகுக்கு உணர்த்தினார் அவர்.

தாம் உலக வாழ்வை விட்டு மறைவதற்கு முன்னர் - திருவரங்கத்து எம்பெருமானிடம், 'என்னுடைய சம்பந்த சம்பந்திகள் எல்லாரும் நான் பெற்ற லோகம் பெற வேணும்' என்று பிரார்த்தித்துக்கொண்டார் இராமானுசர். இங்ஙனம் அருள் நெஞ்சோடு வேண்டிக்கொண்ட திருவாக்கினை நெஞ்சிற் பதித்தே, அவர் சீடரான பிள்ளை உறங்காவில்லிதாசரும்,

'நன்றுந் திருவுடையோம் நானிலத்தில் எவ்வுயிர்க்கும்
ஒன்றுங் குறையில்லை ஓதினோம்; - குன்றம்
எடுத்தான் அடிசேர் இராமா நுசன்தாள்
பிடித்தார் பிடித்தாரைப் பெற்று'

என்று அருளிச் செய்தார்.

இராமானுசர் மறைவதற்கு முன்னால் சீடர் திரளை நோக்கிக் கூறிய சில பொன்னுரைகள் இங்குக் குறிப்பிடத்தக்கவை.

'சரணாகதி நெறியில் நம்பிக்கை வைத்த வைணவன் (பிரபந்நன்) தன்னுடைய ஆத்ம யாத்திரை குறித்துக் கவலைப்பட வேண்டாம். அது, இறைவன் பொறுப்பு; கவலைப்பட்டால் அவன் ஆத்ம சமர்ப்பணம் பெய்யாகி விடும். தேக யாத்திரை குறித்தும் கவலை கொள்ளக்கூடாது. அது விதியின் விளைவு, கவலைப்பட்டால் அவன் நாத்திகனாகி விடுவான். ஆக, இவ்விரண்டிலும் அவன் கவலை கொள்வதற்கு இடமே இல்லை' என்றார்.

மனிதன் கவலையின்றி வாழ்வதற்கு இராமானுசர் காட்டிய நல்வழி இது.

அவர் மேலும் சொன்னார்:

'வைணவன் ஒருவனுக்குத் திருமால் அடியார்களே நண்பர்கள் (அநுகூலர்) ஆவர். அவர்களைக் காணும்போது சந்தனம், தாம்பூலம், நிலா, தென்றல் இவற்றைக் கண்டாற்போல மகிழ்ச்சிகொள்ள வேண்டும்; நெருங்கி உறவாட வேண்டும். இறைவனை வெறுப்போர் பகைவர்கள் (பிரதிகூலர்) ஆவர். அவர்களைக் கண்டால் பாம்பையும் நெருப்பையும் பார்த்தாற்போல் அஞ்சி ஒதுங்கி வாழ்தல் வேண்டும். இவ்விரு வகையிலும் சேராத சம்சாரிகளைக் (அநுபயர்) கண்டால்

கல்லையும் புல்லையும் கண்டாற்போல அலட்சியம் செய்து அவர்களிடம் பேசாமலும் அற்ப லாபத்துக்காக அவர்களை அணுகாமலும் இருக்க வேண்டும். அவர்கள் மனம் திருந்தி அநுகூலரானால் - அதற்காக மகிழ்ந்து அவர்களுக்கு ஆத்ம ஞானத்தை உபதேசிக்க வேண்டும். அப்படி அநுகூலராகாத நிலையில், 'ஐயோ' என்று இரங்கிக் கருணை செய்வதே இறையடியார் கடமையாகும்.'

உடையவரின் இத்தகைய அருள் மொழிகளைக் கேட்டுக் கொண்டிருந்த சீடர்கள், அவருடைய பிரிவையறிந்து மனம் கலங்கினர். 'உடையவர் மறைந்தால் நாமும் உயிர் துறப்போம்' என்னும் முடிவுக்கு வந்தனர். இதனையறிந்த இராமாநுசர், 'ஆளவந்தாரின் திருவடிகள்மேல் ஆணை! நம்முடைய பிரிவினாலே எவரேனும் உயிர் துறந்தால் என்னோடு சம்பந்தமற்றவர்கள் ஆவார்கள்' என்றார். இவ்வாறு ஆணையிட்டுத் தடுத்து அவர்களை உயிர் வாழுமாறு காத்த அந்தக் கருணையுள்ளத்திலிருந்து மேலும் சில அமுத மொழிகள் உதிர்ந்தன.

'ஆசார்ய அபிமானமொழிய மோட்சத்திற்கு வேறு வழியில்லை' என்றும், 'பாகவத அபசாரம் ஒழிய மோட்சத்திற்கு நிலையான வேறு தடையில்லை' என்றும், 'கைங்கர்யம் தவிரப் பெறத்தக்க வேறு பேறு இல்லை' என்றும் உறுதிபட மொழிந்தார்.

இதனால் ஆசிரியப் பற்றும், அடியாரிடத்து வெறுப்பு இன்மையும், கைங்கர்யமுமே வீடு பேற்றுக்கான வழிகள் என்பதை விளக்கியருளினார்.

உடையவர் மறைவதற்கு முன்பு எழுபத்து நான்கு வார்த்தைகள் அருளிச் செய்ததாக, **'பிரபந்நாம்ருதம்'** என்னும் நூல் குறிப்பிடுகிறது. அதில் இறைவன் சந்நிதியிலும் ஆசார்யன் முன்னிலையிலும் அடியார்களிடத்திலும் ஸ்ரீவைஷ்ணவர்கள் கடைப்பிடிக்கத் தக்க ஒழுகலாறுகள் பல பேசப்படுகின்றன. பகவானைப்போலவே பாகவத சமுதாயத்தைப் (இறையடியார் கூட்டத்தை) போற்றிப் பெருமைப்படுத்த வேண்டும் என்னும் கருத்தே இம்மொழிகளில் உயிர்நிலையாக அமைந்து கிடக்கிறது.

'விஷ்ணு பக்தர்களை ஆராதிப்பதைக் காட்டிலும் வேறொரு புருஷார்த்தம் (உறுதிப் பொருள்) கிடையாது' என்றும், 'அவர்களை வெறுப்பதைக் காட்டிலும் ஆத்ம நாசத்தை விளைக்கக்கூடியது வேறு ஒன்று இல்லை' என்றும் எழுபத்து நாலாம் வார்த்தை கூறுகின்றது.

இதே கருத்தினை முதலாவது வார்த்தையிலும் காணலாம்.

‘பகவத் கைங்கர்யத்திலும் பாகவத கைங்கர்யத்திலும் ஆசார்ய கைங்கர்யத்திலும் சம புத்தி கொள்ளவேண்டும்’ என்பது முதலாவது வார்த்தையாகும்.

இதனால் ஏற்றத்தாழ்வு கருதாமல் வைணவர் அனைவருக்கும் பணிபுரிய வேண்டும். அந்தப் பணி குருவுக்குச் செய்யும் பணி போலவும் பகவானுக்குச் செய்யும் பணி போலவும் மதிக்கப்பட வேண்டும் என்னும் கருத்து இதில் புலப்படக் காணலாம்.

வைணவத்துக்கு அடிப்படையாகவுள்ள இச் ‘சமபுத்திக்’ கொள்கையைப் பேதைக்கும் சிறு பிள்ளைக்கும் புரியும்படி பல வகையாக மேலும் விளக்கிக் கூறினார் அவர்.

‘இறையடியார்களை அவர்களின் சாதியைக் கருதி இகழ்தல் கூடாது; சரீரத்தைக் கருதியும் இகழ்ச்சி செய்யலாகாது. அதாவது, ‘பாம்பு’ என்று திருவனந்தாழ்வானையும், ‘பறவை’ என்று பெரிய உடையாரையும் (ஜடாயு), கருடாழ்வாரையும், விலங்குகள் என்று கஜேந்திராழ்வான், அநுமன், சுக்ரீவன் போல்வாரையும், அரக்கர்கள் என்று பிரகலாதாழ்வான், விபீஷணாழ்வான் போன்றோரையும் இகழ்தல் கூடாது. ஆடவர், மகளிர் எனப் பால் வேறுபாடு காண்பதும் கூடாது. அடியாரிடத்தில் இளமை, முதுமை பற்றிய ஆராய்ச்சியும் விலக்கத் தக்கதே. மாணாக்கன் (பிரமசாரி), இல்லறத்தான், துறவி என்று வேற்றுமை பாராட்டலும் தகாது. உடல் ஊனமுற்றோரை இகழாமல் அவர்களின் ஊனமே இனியது என்றும், ஞானமே சிறந்தது என்றும் கொண்டாட வேண்டும். திருவரங்கம், திருமலை முதலான திவ்விய தேசங்களில் வசிப்பவர்களை மதிப்பதுபோலவே, குப்பம், கிராமம் முதலியவற்றில் வாழும் வைணவர்களையும் மதித்து வணங்க வேண்டும். அவர்களின் வாழ்விடத்தை திவ்விய தேசமாகக் கருத வேண்டும். தம் உறவினர்களுள் ஒருவர் ஸ்ரீவைஷ்ணவராக இருந்தால், அவரை ‘ஸ்வாமி’ ஆகவே நினைக்க வேண்டும். உறவினராக நினைத்திருப்பது குற்றமாகும். எழுபத்து நான்கு சிம்மாசனாதிபதி களைச் சேர்ந்த ஆசார்யர்களையும், கௌரவிக்கத்தக்க சீயர் முதலானோரையும், ஏதாவது ஒரு மூலையில் வாழ்கிற ஸ்ரீ வைஷ்ணவர்களையும் ‘ரக்ஷகர்கள்’ என்றே ஒக்க மதிக்க வேண்டும். வேற்றுமை பாராட்டக்கூடாது. எம்பெருமானுக்குத் தொண்டு செய்பவர்கள் அனைவரையும் உயர்வு தாழ்வின்றிச் சமமாகவே நினைக்க வேண்டும். இறையடியார்கள் எத்தொழிலைச் செய்தாலும் அத்தொழிலையிட்டு ‘அவர்கள் இன்ன தொழில் செய்கிறார்கள்’ என்று கூறுதல் கூடாது. ‘இவர்கள் அறிவுக் குறையுடையவர்கள்; விதிக்கப்பட்ட ஒழுக்க நெறிகளில் நில்லாதவர்கள்’ என அடியார் களைக் குறித்து மனத்தால் நினைப்பதும் குற்றமாகும்.’

இப்படி இராமாநுசர் சீடர்களுக்குக் கூறிய அறிவுரையின் சாரமாகக் கொள்ளத்தக்க கருத்து யாது?

சாதி, உடலமைப்பு, பால், வயது, ஊனம், வாழ்விடம், பணி நிலை, வாழ்க்கை முறை போன்றவை பற்றி எந்தப் பேத உணர்ச்சியும் காட்டாமல் அவர்கள் 'வைணவர்கள்' என்ற காரணத்திற்காகவே அனைவரிடத்திலும் அன்போடும் மதிப்புடனும் நடந்துகொள்ள வேண்டும் என்பதே உடையவரின் கருத்தாகும்.

மேலோட்டமாகப் படிப்பவர்களுக்கு, 'இது இராமாநுசர் வைணவர் களுக்குப் போதித்த வாழ்க்கை நெறி, சமய ஒழுக்கம்' என்று தோன்றலாம். ஆனால், மனித நேயம் மிக்கவர்கள் 'எவ்வுயிரையும் தம்முயிராய்' எண்ணிப் போற்றுகிற ஆன்ம நேய ஒருமைப்பாட்டினை இதில் கண்டு மகிழலாம்.

இவ்வளவும் கூறிய இராமாநுசர் நிறைவடையாமல், கடைசியாக அனைவராலும் கடைப்பிடிக்கத்தக்க சில அறிவுரைகளைச் சொல்லி முடித்துத் தம் உபதேசத்தை நிறைவு செய்கிறார்:

'ஸ்ரீ பாஷ்யத்தைக் கற்று அதைப் பிறர்க்குக் கற்பிக்க வேண்டும். ஆழ்வார்களின் அருளிச் செயல்களைக் கற்று அதை மாணவர்களுக்கு ஓதுவிக்க வேண்டும். இவையிரண்டும் இயலாதபோது ஆழ்வார்கள் பாடிய திவ்விய தேசங்களுக்குச் சென்று அங்குள்ள எம்பெருமான் களுக்குத் தொண்டு புரிய வேண்டும். அல்லது திருநாராயணபுரத்தில் ஒரு குடிசை கட்டிக் கொண்டு வாழ வேண்டும். அதுவும் முடியா விட்டால் முழுச் சுமையையும் பரமனிடமோ ஆசார்யனிடமோ ஒப்படைத்துவிட்டு 'துவயம்' என்னும் மந்திரத்தை இருந்த இடத்திலிருந்தே பொருள் உணர்ந்து ஓதிக்கொண்டு இருக்க வேண்டும். இவற்றுள் எதையுமே செய்ய முடியாதவர்களுக்கும் ஒரு வழி உண்டு. அறிவும் ஒழுக்கமும் ஞானமும் அனுஷ்டானமும் உள்ள ஒரு ஸ்ரீவைஷ்ணவனுடைய அன்பினைப் பெற்று அவனுடைய நிழலிலே ஒதுங்கி வாழ வேண்டும். இதுவே கடைசி உபாயம். இதை விட்டால் வேறு வழியில்லை' என்கிறார்.

இறுதியாகச் சொல்லி முடித்த இந்த உபதேச மொழிகள் 'இறங்குமுகமாக' அமைந்திருத்தலைக் காணலாம். உயரத்தை எட்ட முடியாதவனுக்கு ஒன்றிலிருந்து ஒன்றாக இறக்கிக் கொண்டுவந்து, கடைசியில் அவன் கைக்கெட்டும் நிலையில் கடைப்பிடிக்கக்கூடிய எளிய வழியைக் காட்டுகிறார் இராமாநுசர். அவருக்கே உரிய தண்ணளியின் விளைவுதான் இது.

'நான் பட்ட பாடு இந்த நாடு படாது ஒழிய வேண்டும்' என்பது உடையவரின் பொன்னுரைகளில் ஒன்று.[5] இதைப் படிக்கும்போது,

'யான் பெற்ற இன்பம் பெறுக இவ்வையகம்' என்னும் திருமூலரின் திருமந்திரத் தொடர் நினைவுக்கு வராமல் போகாது. இன்பத்தில் திளைக்கும் ஒருவர், 'யான் பெற்ற இன்பத்தைப் பிறரும் பெறுக' என்பதில் உள்ள பரோபகார உணர்வு பாராட்டுக்குரியதுதான். ஆனால், அதே சமயத்தில் இடும்பைக்கே கொள்கலமான ஒருவர், 'நான் பட்ட பாடு போதும்; மற்றவர்களுக்கு இத்தகைய பாடுகள் வேண்டாம். அவர்கள் துன்பம் நீங்கி இன்புறுவாராக' என்பது எத்தகைய கருணை உள்ளம்! இந்தக் கருணையின் விரிவே உடையவரின் பெருமை எல்லாம்.

ஆக, அவருடைய வாய்மொழிகளில் எதை நோக்கினும், எவ்விதமாக நோக்கினும் அது மானுடத்துக்கு வாழ்நெறி காட்டும் வாக்காகவே அமைந்திருத்தல் தெளிவு. எனவேதான்,

'இராமாநுசரின் திருவாணை வளரட்டும்; திக்கெல்லாம் பரவட்டும்; ஏனெனில் உலகின் நன்மையை அது நாடுகின்றது' என்னும் பொருளமைந்த வடமொழிப் பாடல் நாள்தோறும் கோயில்களில் ஓதப்பட்டு வருகின்றது. இதனால் இராமாநுசர் நமக்குச் செய்த நன்மை அன்றாடம் நன்றியுடன் நினைக்கப்படுகின்றது.

சான்றோர்களால் குறிப்பிட்ட இனத்தினரோ பிரிவினரோ மட்டும் பயன் பெறுவதில்லை. உலகம் முழுதும் பயன் அடைகின்றது. ஆதலின் இனம், மொழி முதலான வேற்றுமைகளைக் கருதாது உலகம் அவர்களைப் போற்றுகின்றது; மதிக்கிறது. அத்தகைய சான்றோர்களுள் ஒருவர் இராமாநுசர்.

அவர் வைணவ சமயப் பெரியாராக மட்டுமன்றி, மன்பதை முழுமைக்குமே உரியவராக அறிவறிந்த மக்களால் கொண்டாடப் படுகிறார். மானுடத்தை மேம்படுத்த வந்த மகானாக அவர்களின் உள்ளத்துள் எல்லாம் உயர்ந்து நிற்கிறார்.

> 'உள்ளத்தால் பொய்யாது ஒழுகின் உலகத்தார்
> உள்ளத்துள் எல்லாம் உளன்'

என்பது தமிழ் மறையன்றோ?

> பொருந்திய தேசும் பொறையும் திறலும் புகழும்நல்ல
> திருந்திய ஞானமும் செல்வமும் சேரும் செறுகலியால்
> வருந்திய ஞாலத்தை வண்மையினால் வந்து எடுத்தளித்த
> அருந்தவன் எங்கள் இராமாநுசனை அடைபவர்க்கே

- இராமாநுச நூற்றந்தாதி, 32.

பின்னிணைப்புகள்

1. இராமாநுசர் வாழ்க்கை சில முக்கியமான காலக் குறிப்புகள்

கி.பி. 1017 : பிறப்பு (அவதாரம்).

கி.பி. 1033 : திருமணம் (வயது 16)

இராமாநுசருக்குத் திருமணம் முடிந்த ஆண்டில் தந்தையார் மறையவே, இராமாநுசரின் குடும்பம் பிறப்பிடமான ஸ்ரீபெரும்பூதூரை விட்டுக் காஞ்சிபுரத்திற்குக் குடிபெயர்ந்தது. ஆதலின் இராமாநுசர் தம் பதினேழாம் வயது முதல் காஞ்சிபுரத்தில் வாழத் தொடங்கினார் என்று கருதலாம்.

கி.பி. 1034 : காஞ்சிபுர வாசம்; யாதவப் பிரகாசரிடம் கல்வி. திருக்கச்சிநம்பி தொடர்பு. காஞ்சிப் பேரருளாளனுக்குத் திருமஞ்சன நீர் கொண்டு வருதல் போன்ற நிகழ்வுகள்.

கி.பி. 1042 : ஆளவந்தாரைத் தரிசிக்கப் பெரிய நம்பியுடன் காஞ்சியிலிருந்து திருவரங்கம் வருகை. ஆளவந்தார் மறைவு. அப்போது இராமாநுசருக்கு வயது 25.

கி.பி. 1049 : இராமாநுசர் துறவு மேற்கொள்ளல். வயது 32.

கி.பி. 1057 : துறவியான பின்னர் முதலியாண்டான், கூரேசன் முதலான சீடர்களுடன் எட்டு ஆண்டுகள் காஞ்சிப் பேரருளாளன் கோயிலில் வாசம் - அதன் பின்னர்த் திருவரங்கப் பெருமாள் அரையருடன் திருவரங்கம் வருகை, வயது 40.[1]

கி.பி. 1057-1096 : திருவரங்கமே இருப்பாகக் கொண்டு சமயத் தொண்டு புரிதல் (சுமார் நாற்பது ஆண்டுகள்).

கி.பி. 1096 : சோழன் ஒருவனால் திருவரங்கத்தை விட்டு வெளியேறி, மைசூர்ப் பகுதியை அடைதல். வயது 80.

கி.பி. 1096 முதல் : திருநாராயணபுரத்தில் வாழ்தல். சுமார் இருபது ஆண்டுகள்.[2] 1118 வரை (1098 திருநாராயணன் பிரதிட்டை, 1117 பஞ்ச நாராயணர்கள் பிரதிட்டை).

கி.பி. 1118 : சோழன் மறைவுக்குப் பின்னர்த் திருவரங்கம் திரும்புதல். வயது 100.

கி.பி. 1137 : மறைவு (திருநாடு அலங்கரித்தல்). வயது 120.

திருநாராயணபுரத்திலிருந்து திரும்பியபின் இராமாநுசர் திருவரங்கத்தில் வாழ்ந்த ஆண்டுகள் 20. அதற்கு முன்னர் 40 ஆண்டுகள். ஆக மொத்தம் 60 ஆண்டுகள்.

இதனைக் கருத்திற் கொண்டே இராமாநுசர் 'அறுபது ஸம்வத்ஸரம் கோயிலிலே எழுந்தருளியிருந்தார்' என வைணவ நூல்கள் குறிப்பிடுவதாகக் கொள்ளலாம்.

இக் காலக் குறிப்புகள் பொதுவாக அறிஞர்களால் ஏற்கப்பட்டவை.

2. இராமாநுசரின் பெரும் புகழ் பேசும் திருப்பெயர்கள்

1. இளையாழ்வார்[1]	:	தாய்மாமன் திருமலை நம்பி சூட்டிய பிள்ளைத் திருநாமம்.
2. இராமாநுசர்	:	பெரிய நம்பிகள் இட்ட 'தாஸ்ய நாமம்'.[2]
3. யதிராஜர்[3]	:	துறவியானதும் இப்பெயரிட்டு அழைத்தவர் திருக்கச்சி நம்பிகள்.
4. உடையவர்	:	திருவரங்கத்து நம் பெருமாள் வழங்கிய திருப்பெயர்.
5. எம்பெருமானார்	:	திருக்கோட்டியூர்நம்பிகள் உகந்து அளித்த பெரும் பெயர்.
6. லக்ஷ்மண முனி[4]	:	பெரிய நம்பி வழங்கிய பிறிதொரு பெயர்; சுவாமி தேசிகனின் வடமொழி சுலோகத்திலும் இப்பெயர் வழக்கு உண்டு.
7. ஸ்ரீபாஷ்யகாரர்	:	வியாசரின் பிரம்ம சூத்திரத்திற்கு விரிவுரை செய்ததால் கிடைத்த விருதுப் பெயர்.
8. திருப்பாவை சீயர்	:	'கோதை சொன்ன சங்கத் தமிழ் மாலை முப்பதும்' நாவூறக் கற்றதால் பெற்ற அரும் பெயர்.
9. சடகோபன் பொன்னடி	:	மாறன் பொன்னடியாய் மாறத் துடித்துத் - தாமே உகந்து ஏற்ற ஒரு பெயர்.
10. பூதபுரீசுவரர்	:	பிறப்பிடம் சுட்டி வழங்கும் புகழ்ப் பெயர்.

3. இராமாநுசர் துதிப் பாடல்கள்

(உடையவரின் தேசுந்திறலும் கார்முகிலனைய கருணையும் ஞானங்கனிந்த நலமும் குறித்துப் போற்றிப் பரவும் பாடல்கள் பல வைணவ நூல்களில் பொன்னும் மணியும்போல் விரவிக் கிடக்கின்றன. அவற்றுள் ஆடகப் பொன்னாயமைந்தவை சில இங்குத் தொகுத்தளிக்கப்படுகின்றன. நம் காலத்துப் பெருங்கவிஞர் சிற்பியின் 'இராமாநுசர் காவியத்தில்' இருந்து தெரிவு செய்த பாடல்களும் இதில் இடம் பெற்றுள்ளன).

நாற்றிசையும் கொண்டாடும் நாள்

இன்றுலகீர் சித்திரையில் ஏய்ந்ததிரு வாதிரைநாள்
என்றையினும் இன்றிதனுக் கேற்றம்என்தான் - என்றவர்க்குச்
சாற்றுகின்றேன் கேண்மின் எதிராசர் தம்பிறப்பால்
நாற்றிசையும் கொண்டாடும் நாள்.

- உபதேச ரத்தின மாலை 27

புகழோங்கு பெரும்பூதூர்

இதுவோ பெரும்பூதூர்? இங்கே பிறந்தோ
எதிராசர் எம்மிடரைத் தீர்த்தார்? இதுவேதான்
தேங்கும் பொருநல் திருநகரிக் கொப்பான
ஓங்கும் புகழ்படைத்த ஊர்.

எந்தை எதிராசர் எம்மை எடுத்தளிக்க
வந்தபெரும் பூதூர்க்கு வந்தோமா? சிந்தை
மருளோ தெருளோ? மகிழ்மாலை மார்பன்
அருளோ இப் பேற்றுக் கடி.

- மணவாள மாமுனிகள்

எதிராசர் வடிவழகு

பற்ப மெனத்திகழ் பைங்கழல் உன்றன்
பல்லவ மேவிரலும்
பாவன மாகிய பைந்துவ ராடை
பதிந்த மருங்கழகும்
முப்புரி நூலொடு முன்கையி லேதிகழ்[1]
முக்கோல் தன்னழகும்
முன்னவர் தந்திடு மொழிகள் நிறைந்த[2]
முறுவல்நி லாவழகும்
கற்பக மேவிழி கருணைபொ ழிந்திடு
கமலக் கண்ணழகும்
காரிசு தன்கழல் சூடிய முடியும்
கனநற் சிகை முடியும்
எப்பொழு தும்மெதி ராசன் வடிவழகு
கென்னித யத்துளதால்;
இல்லை எனக்கெதி ரில்லை யெனக்கெதிர்
இல்லை எனக்கெதிரே

- எம்பார்

வையத்துக்கு ஊன்றுகோல்

வையங் குருடன்றோ? மாமறையும் பொய்யன்றோ?
ஐய னுரைத்ததமிழ் ஆரறிவார்? வையத்துக்கு
ஊன்றுகோல் எந்தை எதிராசர் ஆதரித்த[3]
மூன்றுகோல் காண்பதற்கு முன்

- ராமாநுஜார்ய திவ்ய சரிதை, ப. 233

குறையொன்றுமில்லை

நன்றுந் திருவுடையோம்; நானிலத்தில் எவ்வுயிர்க்கும்
ஒன்றுங் குறையில்லை ஓதினோம் - குன்றம்
எடுத்தான் அடிசேர் இராமா நுசன்தாள்
பிடித்தார் பிடித்தாரைப் பற்றி[4]

- பிள்ளை உறங்காவில்லிதாசர்

வாழி வாழி வாழியே!

வாழி எதிராசன் வாழி எதிராசன்
வாழிஎதி ராசனென வாழ்த்துவார் - வாழியென
வாழ்த்துவார் வாழியென வாழ்த்துவார் தாளிணையில்
தாழ்த்துவார் விண்ணோர் தலை

- ஆர்த்திப் பிரபந்தம் 1

எதிராசன் வாழி எதிராசன் வாழி
எதிராசன் வாழியென்றென் றேத்திச் - சதிராக
வாழ்வார்கள் தாளிணைக்கீழ் வாழ்வார்கள் பெற்றிடுவர்
ஆழ்வார்கள் தங்கள் அருள்.

- ஆர்த்திப் பிரபந்தம் 13

வாழியரோ தென்குருகை; வாழியரோ தென்புதுவை
வாழியரோ தென்குறையல் மாநகரம் - வாழியரோ
தக்கார் பரவுந் தடஞ்சூழ் பெரும்பூதூர்
முக்கோல் பிடித்த முனி

- பிள்ளை இராமாநுச தாசர்

எதிபதி சரணே சரணம்

பூமன்னு மாது பொருந்திய மார்பன் புகழ்மலிந்த
பாமன்னு மாறன் அடிபணிந் துய்ந்தவன் பல்கலையோர்
தாம் மன்ன வந்த இராமா நுசன்சர ணாரவிந்தம்
நாம்மன்னி வாழநெஞ் சேசொல் லுவோம்அவன் நாமங்களே

- இராமாநுச நூற்றந்தாதி 1

பேறொன்று மற்றில்லை நின்சர ணன்றி அப்பேறளித்தற்கு
ஆறொன்று மில்லை மற்றச் சரணன்றி...

- இராமாநுச நூற்றந்தாதி 45

உதிப்பன உத்தமர் சிந்தையுள்; ஒன்னலர் நெஞ்சு மஞ்சிக்
கொதித்திட மாறி நடப்பன; கொள்ளைவன் குற்றமெல்லாம்
பதித்தஎன் புன்கவிப் பாவினம் பூண்டன; பாவு தொல்சீர்
எதித்தலை நாதன் இராமா நுசன்தன் இணையடியே

- இராமாநுச நூற்றந்தாதி 50

தந்தையும் தாயுமானவர்

அரங்கனும் தன்சரண் தந்திலன்; தான் அது தந்து
எந்தை இராமாநுசன் வந்து எடுத்தனன் இன்று என்னையே.

- இராமாநுச நூற்றந்தாதி 69

ஈன்ற,
முதல்தாய் சடகோபன் மொய்ம்பால் வளர்த்த
இதத்தாய் இராமா நுசன்...

- பட்டர்

புகழ் பரவப் போதாது இடம்

திக்குற்ற கீர்த்தி இராமாநுசன்...
புவனமெங்கும்,
ஆக்கிய கீர்த்தி இராமாநுசன்...
இப்-படியனைத்தும்,[5]
ஏய்ந்தனன் கீர்த்தியினால்...

- இராமாநுச நூற்றந்தாதி 26, 56, 77

ஏய்ந்த பெருங்கீர்த்தி இராமா நுசமுனிதன்
வாய்ந்த மலர்ப்பாதம் வணங்குகிறேன்...

- அனந்தாழ்வான்

ஏரணி கீர்த்தி இராமா நுசமுனி இன்னுரைசேர்
சீரணி சிந்தையி னோம்; சிந்தி யோம் இனித் தீவினையே

- சுவாமி தேசிகன்

என் பிழை பொறுப்பார் எவர்?

தென்னரங்கர் தமக்காமோ?
தேவியர்கட்கு ஆமோ?
சேனையர்கோன் முதலான
சூரியர்கட்கு ஆமோ?

மன்னியசீர் மாறனருள்[6]
மாரி தமக்கு ஆமோ?
மற்றுமுள்ள தேசிகர்கள்
தங்களுக்கும் ஆமோ?

என்னுடைய பிழைபொறுக்க
யாவருக்கு முடியும்?
எதிராசா! உனக்கன்றி
யான் ஒருவர்க்கு ஆகேன்;

உன்னருளால் எனக்குருசி
தன்னையு முண்டாக்கி
ஒளிவிசும்பில் அடியேனை
ஒருப்படுத்து விரைந்தே!

- **ஆர்த்திப் பிரபந்தம்**, 26

எம் குலக் கொழுந்து

உணர்ந்தமெய்ஞ் ஞானியர் யோகந் தொறும்திரு வாய்மொழியின்
மணந்தரும் இன்னிசை மன்னு மிடந்தொறும் மாமலராள்
புணர்ந்தபொன் மார்வன் பொருந்தும் பதிதொறும் புக்குநிற்கும்
குணந்திகழ் கொண்டல் இராமா நுசன்எம் குலக்கொழுந்தே!

- **இராமாநுச நூற்றந்தாதி** 60

குருகைப்பிரான் தமிழுக்கு உருகும் நெஞ்சம்

பண்ணுருகும் அரையர்தமிழ் அமுதம் கேட்டுப்
பனியுருகும் இளங்காலை; உருகும் நெஞ்சம்;
மண்ணுருகும்; மால்உருகும்; மால்க ரத்தின்

மதுரஇசைச் சங்குருகும்; உருகும் ஆழி;
விண்ணுருகி மழையாகிப் பொழிவ தேபோல்
விதியுருக வந்த யதிராஜ னார்தம்
கண்ணுருகும்; உயிருருகும்; மேனியெல்லாம்
கரைந்துருகும்; உருகாதார் எவருமில்லை.

- கவிஞர் சிற்பியின் 'இராமாநுசர் காவியம்', ப. 198.

தனக்குவமை இல்லாதார்

இருளுடையார் வாழ்விலோர் ஒளிவி ளக்கை
இதுவரைக்கும் ஏற்றியவர் முன்னர் இல்லை;
சரித்திரத்தின் சரித்திரத்தை மாற்றி எம்மான்
சாற்றியதை வியக்களம்பால் வார்த்தை இல்லை;
தருமத்தின் குரல்கேட்டுச் சிலிர்த்துக் கொள்ள
தாயனையார் காலத்தில் இருந்தோம் இல்லை;
பெருமானார் கருணைக்கிங் குவமை சொல்லப்
பெரியவைஎன் றெவையுமிந்த உலகில் இல்லை.

- கவிஞர் சிற்பியின் 'இராமாநுச காவியம்', ப. 339

சிறந்தது தென்னரங்கன் திருமுற்றம்

பெருமானாரின்,
பொன்சுமந்த வரலாற்றைப் புலவ ரெல்லாம்
புகழார மாகஅங்கே விரித்துப் பேச
தென்னரங்கன் அணிமுற்றம் மீண்டும் பண்டைச்
செழுமையிலே திளைத்தது...

- கவிஞர் சிற்பியின் 'இராமாநுசர் காவியம்', ப. 402.

குறிப்புகள்

இயல் : 2. வரலாறு படைத்த வாழ்க்கை

1. இவர்களை முறையே காந்திமதியென்றும் ஸ்ரீதேவியென்றும் நூல்கள் குறிப்பிடும்.
2. ஆசூரிகேசவ தீட்சிதர் என்றும் கேசவ சோமயாஜியார் என்றும் இவர் பெயர் வழங்கும்.
3. அபயாம்பாள், இரட்சகாம்பாள் என்னும் பெயர்களும் இவருக்கு வழங்குகின்றன.
4. முதலிகள் - சீடர்கள்.
5. திருநாட்டுக்கு எழுந்தருளல் - காலமாதல்; மறைவு.
6. திருப்பள்ளிபடுத்தல் - அடக்கம் செய்தல்.
7. தலைக்கட்டுதல் - முடித்து வைத்தல்; நிறைவேற்றுதல்.
8. திருவாலவட்டப் பணி - இறைவனுக்கு விசிறி கொண்டு வீசும் பணி.
9. அடியேன் - திருமால் அடியார்கள் தம் பணிவு தோன்ற இவ்வாறு தம்மைப் பற்றிக் கூறிக் கொள்ளுதல் மரபு.
10. துவயம்: இரு தொடர்களால் ஆகிய மந்திரம்.

    'ஸ்ரீமந் நாராயண சரணௌ சரணம் பிரபத்யே
    ஸ்ரீமதே நாராயணாய நமః' என்பது அது.

11. பஞ்ச சம்ஸ்காரம்: (1) தோளில் சங்கு சக்கர முத்திரை பொறித்தல் (தாபம்); (2) பன்னிரு திருமண் தரித்தல் (புண்ட்ரம்); (3) தாஸ்யநாமம் சூட்டுதல் (நாமம்); (4) திருமந்திர உபதேசம்

(மந்த்ரம்); (5) திருவாராதன முறையுரைத்தல் (யாகம்) என்னும் ஐவகைச் செந்நெறி; ஆசார்யனிடமிருந்து பெறுபவை.

12. இராமாநுசருக்குச் சகோதரிகள் இருவர். முறையே நாச்சியாரம்மாள், தாமரையம்மாள் என்று பெயர். நாச்சியாரம்மாள் குமாரனே தாசரதி என்னும் முதலியாண்டான். தாமரையம்மாள் குமாரர் வரத விஷ்ணு என்னும் நடாதூராழ்வான்.

13. அடிதாறு - பாத ரேகை: பாதுகை.

14. கோயில் அனைத்துக் கொத்து: கோயிற் பணியாளர் பிரிவுகள்.

15. உடையவர் இவ்-ஐவரிடத்தும் கற்ற நூல்கள் பற்றிச் சிற்சில வேறுபாடுகள் அமையக் கூறும் கருத்துகளும் உண்டு. ஸ்ரீராமாயணம் - வான்மீகி ராமாயணம்.

16. தண்டு: திரிதண்டம்; வைணவத் துறவியர் கையில் ஏந்தும் முக்கோல்.

பவித்திரம்: அத்தண்டின் மேல் உள்ள சிறு வெண்துகில்.

17. 'ஓம் நமோ நாராயணாய' என்பது (பெரிய) திருமந்திரம்.

18. சரம சுலோகம்: இறுதி உபாயமான பிரபத்தியைத் தெரிவிக்கும் கீதையின் சுலோகம்.

'ஸர்வ தர்மாந் பரித்யஜ்ய மாமேகம் சரணம் வ்ரஜ
அஹம்த்வா ஸர்வ பாபேப்யோ மோக்ஷ யிஷ்யாமிமாசுசஃ'

என்பது.

19. பஞ்சமோபாய நிஷ்டை: கர்ம, ஞான, பக்தி, பிரபத்தி ஆகிய நான்கினை விடுத்து ஆசார்ய அபிமானம் என்னும் ஐந்தாம் உபாயத்தையே தனக்கு வழியும் பயனுமாகக் கொள்ளும் நிலை.

20. அத்தகைய பயணத்தின்போது, திருக்குருகூர் என்னும் ஆழ்வார் திருநகரிக்குச் சென்றார். அங்கு நம்மாழ்வாரின் திருமுன்னர் வணங்கி எழுந்து உலகம் தம்மை ஆழ்வாரின் பொன்னடிகளாகக் கருத வேண்டும் என்று பிரார்த்தித்துக் கொண்டார். பிரார்த்தனையும் நிறைவேறியது. அதுவரை 'மதுரகவிகள்' என்று அழைக்கப்பட்டு வந்த நம்மாழ்வாரின் திருவடிகளுக்கு அன்று முதலாக 'இராமாநுசன்' என்னும் பெயரே வழங்கி வருகின்றது.

21. இராமாநுசரின் வாழ்நாளில் சோழ மன்னர் ஐவரின் ஆட்சி நிலவியது. குரு பரம்பரை நூல்கள் குறிக்கும் சோழன் யாவன் என நிர்ணயிப்பதில் வரலாற்றாசிரியரிடையே கருத்தொற்றுமை இல்லை.

22. 'குறுணிக்கு மேலுமுண்டு; அதுக்கு மேலே பதக்குமுண்டு; அதுக்கு மேலேயும் அதிகமுண்டு' என்று எல்லாரும் கேட்கும்படி சொல்லிக் கையெழுத்திட்டார் என்கிறது 'ராமாநுஜார்ய திவ்ய சரிதை' என்னும் நூல்.

குறுணி: ஒரு மரக்கால் அளவு; பதக்கு - இரண்டு மரக்கால்.

23. 'எம்பெருமானார் தரிசனம்' என்னும் வைணவ நெறியைக் காப்பதற்காகத் தம் தரிசனத்தை - அதாவது பார்வையை இழந்தவர் கூரத்தாழ்வான் என்பது கருத்து.

24. தம் சிற்றன்னை மகனான சிறிய கோவிந்தப் பெருமாளின் பிள்ளைக்குப் பராங்குசன் என்ற நம்மாழ்வாரின் பெயரினையிட்டு ஒரு குறையை நீக்கியதாகவும் கூறுவர். சிறிய கோவிந்தப் பெருமாள், கோவிந்தர் என்னும் எம்பாரின் உடன்பிறந்தவர்.

25. 'அவர் (இராமாநுசர்) அருளிச் செய்ததாக ஒரு திராவிடப் பிரபந்தமும் இல்லையிறே' - பிள்ளைலோகஞ் சீயர்.

26. பரபக்தி - பெருமானோடு கூடினால் இன்பமும் பிரிந்தால் துன்பமும் வாய்ந்த இயல்பு; அன்பின் எல்லை.

பரஞானம் - இதன் முதிர்ந்த நிலை.

பரமபக்தி - நொடிப் பொழுதும் பிரிவைப் பொறுக்காத நிலை.

27. ஒருநாள் நம்பெருமாளிடம், 'அடியேனைக் காலக்கழிவு செய்யாமல் உன் பொன்னடிக்கீழ் விரைவில் சேர்த்துக்கொள்ள வேண்டும்' என்று உடையவர் முறையிட்டதாகவும், திருவரங்கத்து இறைவனும் அவரைப் பிரிய மனமின்றி, 'இன்றைக்கு ஏழாம் நாள் அப்படியே செய்கிறோம்' என்று வாக்களித்ததாகவும் 'குரு பரம்பரை' கூறும்.

28. 'உடையவர் வைபவம் அடையச் சொல்லப் போகாதிறே' என்று பேசும் 'ராமாநுஜார்ய திவ்ய சரிதை' என்னும் நூல்.

இயல் : 3. சமயத் தொண்டும் சமுதாயத் தொண்டும்

1. ஸ்ரீமத் ரஹஸ்யத்ரய ஸாரம் - அதிகார விபாகாதிகாரம்.

2. பிரமமேத ஸம்ஸ்காரம் - வேதமோதிய அந்தணர்க்குரிய முறையில் செய்யப்படும் ஈமச் சடங்கு.

3. அந்தி தொழுகை - சந்தியாவந்தனம், தானே செய்ய வேண்டும். அதனை ஆளிட்டுச் செய்ய முடியாது என்பது கருத்து.

4. ஆறாயிரப்படி குரு பரம்பரை (1975); ப. 329-330 பார்க்க.

5. இவனை 'ஸ்ரீவைஷ்ணவ வண்ணாத்தான்' என்று வைணவ நூல்கள் குறிப்பிடுகின்றன.

6. நாயந்தே - சுவாமி என்று பொருள்.

7. அருள்பாடு செய்தருளி - அருள் புரிந்து.

8. அத்துழாய் - இராமாநுசரின் ஆசார்யரான பெரிய நம்பியின் புதல்வி. அவளின் மாமியார் 'அவள் சீதன வெள்ளாட்டி கொண்டு வரவில்லை' என்று பழித்துக் கூறியதை அறிந்த இராமாநுசர், தம் சீடரையே அங்குப் பணிப் பெண்ணுக்குரிய வேலைகளைச் செய்யுமாறு அனுப்பி வைத்தார். இந்நிகழ்ச்சி குருபரம்பரைச் சுவடிகளில் இடம் பெற்றுள்ளது.

9. காந்தியடிகள் காட்டிய வழியில் 1939 ஜூலை மாதம் எட்டாம் நாள் மதுரை மீனாட்சியம்மன் கோயிலில் ஆலயப் பிரவேசம் நடைபெற்றது. மதுரை அ. வைத்தியநாத அய்யர் - தன் தலைமையில் ஹரிஜனங்கள் ஐவருடன் நாடார் சமூகத்தைச் சார்ந்த ஒருவரையும் சேர்த்துக் கொண்டு ஆலயப் பிரவேசம் செய்து வைத்தார். இது ஒரு வியத்தகு நிகழ்ச்சி (Miracle) என்று அய்யரைப் பாராட்டிக் காந்தியடிகள் கடிதம் எழுதினார் என்பது காலத்தால் பிந்திய வரலாறு.

10. தலைக்கட்டுதல் - நிறைவேற்றுதல்.

11. மேல் வீடு - பரமபதம்.

12. பிரபந்நன் - இறைவனைச் சரணாகப் பற்றும் பிரபத்தி நெறியில் நம்பிக்கையுள்ளவன்.

13. உபவாசம் - உண்ணா நோன்பு.

14. பணியாளர்களில் ஒவ்வொரு வகைப் பிரிவும் ஒரு 'கொத்து' எனப்படுகிறது.

15. கோயிலொழுகு (சுதர்சனர் பதிப்பு) பக். 42-43.

16. இளங்கோவடிகளின் சிலப்பதிகாரம் முதல் அருணகிரியாரின் திருப்புகழ் வரை திருமால் கோயில்கொண்ட தலமாகவே வடவேங்கடம் புகழ் பெற்றிருந்தும், இராமாநுசர் காலத்தில் மட்டும் இவ்வழக்கு நிகழ்ந்ததற்கான காரணம் இங்கு விளக்கிக் கூறப்படவில்லை. இராமாநுசரின் செயல் திறத்தைப் புலப்படுத்தவே இந்நிகழ்ச்சி இங்கு எடுத்துக்காட்டப் பெறுகிறது. மேலும் விவரங்களுக்குக் காண்க: 'திருமலை ஒழுகு' என்னும் நூலில் உள்ள அறிஞர் கோ. பாலசுந்தர நாயகர் அவர்களின் முகவுரை, பக். V-VII.

17. இவரை, மலைக்கு இனிய - நின்றபெருமாள் எனவும் கூறுவர்.

18. குளப்படி - மாட்டின் குளம்பு பதிந்ததனால் உண்டான மிகச் சிறிய இடம்; பள்ளம். வீராணத்தேரி - காட்டுமன்னார் கோயில் என்னும் வீரநாராயணபுரத்து ஏரி.

19. இவர்களுள் பருத்திக் கொல்லையம்மாள் முதலான சிலர் ஆண்பாலர் எனவும், இவர்களது அன்பின் பெருமை கருதி அம்மாள் எனப் பெயர் ஏற்பட்டது எனவும் கூறுவர்.

இயல் : 4. இராமாநுசர் கண்ட சமய நெறி

1. நிர்க்குணப் பிரம்மம்: குணங்களற்ற இறை; சகுணப் பிரம்மம் - கல்யாண குணங்களோடு கூடிய இறை.

இயல் : 5. எம்பெருமானாரின் தமிழ் வாழ்வு

1. தனியன்: ஆழ்வார்களின் பிரபந்தங்களுக்கு அமைந்த சிறப்புப் பாயிரமே 'தனியன்' எனப்படுகிறது. நூலில் அடங்காது தனியே நிற்றல் பற்றி இப்பெயர் பெற்றது.

2. பறவைகளை இறைவனிடத்தே தூது அனுப்பும் பராங்குச நாயகி பேச்சாக அமைந்த (9.7.9) திருவாய்மொழிப் பாசுரப் போக்கினைத் தழுவி இராமாநுசர் கூறியதாகும் இது.

3. குருபரம்பரை - ஆறாயிரப்படி, ப. 193.

4. ஐதிகம் - ஆழ்வாருடைய பாசுரக் கருத்துகளை விளக்குதற்கு ஆசார்யர்களுடைய வாழ்க்கை நிகழ்ச்சிகள், உரையாடல் போன்றவற்றை எடுத்துக்காட்டுவது ஐதிகம் எனப்படும்.

5. இந்நிகழ்ச்சியைக் குறிக்கும் வேறு சில நூல்கள் திருக்கோட்டியூர் நம்பி, தேவகிப் பிராட்டியார்க்குப் பதிலாக முறையே பெரிய நம்பியையும் அவர் புதல்வி அத்துழாய் என்பவரையும் குறிப்பிடுகின்றன.

6. 'போரும்' என்னும் முன்னைப் பாடத்திற்குப் 'போகும்' என்று வேறு பாடங் கொண்டார் மு. இராகவையங்கார் (காண்க: பெருந்தொகை, ப. 505). நாம் கூறிய விளக்கத்தை நோக்க, முந்திய பாடமே ஏற்கும் எனத் தோன்றுகிறது.

7. விருத்தக் கலித்துறை - பின்னாளில் இதற்குக் கட்டளைக் கலித்துறை என்று பெயர் ஏற்பட்டது.

8. சந்தை சொல்லுதல்: வேதம் பயிற்றுவித்தல்போலத் திவ்வியப் பிரபந்தமும் அந்நாளில் பயிற்றுவிக்கப்பட்டது. சந்தை சொல்லுகை என்பது, ஆசிரியர் பாசுர அடிகளை ஒருமுறை சொல்ல மாணாக்கர் அவற்றை மும்மூன்று முறை திருப்பிச் சொல்லுதல்.

9. வடக்குத் திருவீதிப்பிள்ளை ஏடுபடுத்திய உரை இது. இதற்கு 'ஈடு' என்று ஒரு பெயர் வழங்கும்.

10. அரையர்: ஆழ்வார்களின் பிரதிநிதிகளாக இருந்து இறைவன் முன் பாசுரங்களைப் பாடும் உரிமை பெற்றவர்கள். இவர்கள் 'பாசுரங்களுக்கு அரசன்' எனும் பொருளில் 'அரையர்' எனப் பெயர் பெற்றனர். ஆழ்வார் பாசுரங்களைச் சொல்லுதலால் - அறைதலால் - இவர்களை 'அறையர்' எனக் குறிப்பதும் உண்டு.

இயல் : 6. வாழ்நெறி காட்டிய வாக்கு

1. ஸமஸ்த கல்யாண குணங்கள் - எல்லா மங்களமான குணங்கள்.

2. பரம் - பரத்துவம் - பரமபதத்தில் இருக்கும் இருப்பு; விண்ணாட்டு நிலை.

   வியூஹம் - பாற்கடலிலே பள்ளி கொண்டிருப்பது; அணிவகுப்பு நிலை.

   விபவம் - இராமன், கண்ணன் முதலான அவதாரங்கள்; பிறப்பு நிலை.

   அந்தர்யாமி(த்துவம்) - அண்ட சராசரங்களிலும் ஆத்ம வர்க்கங்களிலும் எள்ளுக்குள் எண்ணெய்போல உள்ளுறைந்து நிற்கும் நிலை.

   அர்ச்சை - அடியார்களின் இல்லங்களிலும் திருவரங்கம் முதலான திருப்பதிகளிலும் கோயில் கொண்டிருக்கும் வழிபடு நிலை.

3. வாத்சல்யம் - அடியார்களுடைய குற்றத்தைக் குணமாகக் கொள்ளும் பேரன்பு.

   சௌசீல்யம் - உயர்ந்தவன், தாழ்ந்தவனோடு ஒரு நீராகக் கலந்து பழகுதல்.

   சௌலப்யம் - அடைதற்கு எளியனாயிருத்தல்.

   ஆர்ஜவம் - செப்பமுடைமை; உள்ளம், உரை, செயல் மூன்றினாலும் ஒத்திருத்தல்.

4. இராமாநுசரின் இத்திருவாக்கு, 'ஆசார்ய ஹிருதயம்' என்னும் நூலில் 'காய அன்ன ஸ்தலசுத்தி பண்ணின விருத்தாசாரம்' என்ற சூத்திரமாக மலர்கிறது.

5. நாயகி பேச்சாக அமைந்த திருவாய்மொழிப் பாசுர அடி ஒன்றுக்கு (9.5.10) விளக்கம் அளிக்கையில் உடையவர் கூறியது இது.

பின்னிணைப்புகள்

1. இராமாநுசர் வாழ்க்கை - சில முக்கியமான காலக் குறிப்புகள்

1. 32 வயதில் துறவியானவுடனேயே திருவரங்கம் வந்து, ஆளவந்தாரையடுத்து ஆசார்ய பீடத்தில் அமர்ந்தார் என்றும் கூறுவர்.

2. இராமாநுசர் திருநாராயணபுரத்தில் வாழ்ந்தது பன்னிரண்டு ஆண்டுகள் மட்டுமே என்னும் கருத்தும் உண்டு.

2. இராமாநுசரின் பெரும் புகழ் பேசும் திருப்பெயர்கள்

1. 'குரு பரம்பரை' முதலான வைணவ மரபு (சம்பிரதாய) நூல்கள், 'இளையாழ்வார்' என்னும் பெயரிலேயே இவரின் பெருமை (வைபவம்) பேசுகின்றன.

2. ஆசார்யனாகிய பெரிய நம்பியிடமிருந்து ஐவகைச் 'செந்நெறியாம்' 'பஞ்ச சம்ஸ்காரம்' பெற்றபோது அவரிட்ட 'தாஸ்ய நாமம்' இது.

3. இப்பெயர் ய(எ)திராஜன், யதிபதி, யதீசுவரர், யதித் தலைவன் எனப் பலவாறு வழங்கும்.

4. 'முக்கோல் பிடித்த முனி', 'பெரும்பூதூர் மாமுனி', 'ஏர்விளங்கு பெரும்பூதூர் முனிவன்' என்பன இலக்கிய ஆட்சிகள். இவை போல்வன மேலும் பல.

குறிப்பு: 'யதிராஜர்' கச்சிப்பேரருளாளனாலும் 'லக்ஷ்மணமுனி' திருவரங்கப் பெருமாளரையாராலும் வழங்கப்பட்டது என்பர். 'தேசிகேந்திரன்' திருமலையப்பன் அருளியது.

3. இராமாநுசர் துதிப் பாடல்கள்

1. முன்கையிலேந்திய; மொழிகள் நிறைந்திடு என்பன பாடபேதங்கள்.

2. காரிசுதன் - காரியார்க்கு மகனாகிய நம்மாழ்வார்.

எதிராசர் - முனிவர்களுக்கு அரசர்.

3. ஐயன் உரைத்த தமிழ் - நம்மாழ்வார் அருளிய திருவாய்மொழி.

'ஆதரித்த' - வேறு பாடம் 'உத்தரித்த' மு. இராகவையங்கார், பெருந்தொகை, ப. 430.

நன்றும் - பெரிதும்.

4. 'பற்றி' - வேறு பாடம் 'பெற்று' பி.ப.அ.வின் திவ்ய ப்ரபந்தப் பதிப்பு, (1956), ப. 471.

எதிபதி - முனிவர்களுக்குத் தலைவர்

5. இப்படியனைத்தும் - படி - பூமி; இப்புவிப் பரப்பு அடங்கலும்.

6. மாறன் - நம்மாழ்வார்; அருள்மாரி - திருமங்கையாழ்வார்.

உடையவரின் ஐம்பெரும் ஆசிரியர்கள்

தமிழில் **வடமொழியில்**

1. திருமலைநம்பி - ஸ்ரீ சைலபூரணர்
2. பெரிய நம்பி(கள்) - ஸ்ரீ மகாபூரணர்
3. திருக்கோட்டியூர் நம்பி - ஸ்ரீ கோஷ்டி பூரணர்
4. திருமாலை ஆண்டான் - ஸ்ரீ மாலாதரர்
5. திருவரங்கப் பெருமாள் அரையர் - ஸ்ரீவரரங்கர்

வேறு ஆசார்யர்களும் முதலி(சீடர்)களும்

1. திருக்கச்சி நம்பிகள் - ஸ்ரீ காஞ்சி பூரணர்
2. கூரத்தாழ்வான் - ஸ்ரீ கூரேசர்
3. முதலியாண்டான் - ஸ்ரீ தாசரதி
4. உறங்காவில்லிதாசர் - ஸ்ரீதனுர்தாசர்
5. வடுக நம்பி - ஸ்ரீ ஆந்திரபூரணர்

குறிப்பு: மணிப் பிரவாளத்தின் தாக்கத்தால் தமிழ்ப் பெயர்களை வடமொழியாக்கம் செய்து வழங்குவது வைணவ மரபு. அத்தகைய இடங்களில் 'இன்னின்னார்' என்று புரிந்து கொள்வதற்கு இப்பட்டியல் உதவும்.

உதவிய நூல்கள்

1. திவ்வியப் பிரபந்தப் பதிப்புகள்

- நாலாயிர திவ்யப்ரபந்தம், சே. கிருஷ்ணமாசாரியர் பதிப்பு, சென்னை, 1924.
- ....., மயிலை மாதவதாஸன், பதிப்பு, சென்னை 1962.

2. வைணவ மரபு சார்ந்த நூல்கள்

- அநந்தாசார்யர், ப்ரபந்நாம்ருதம் - முதல் பாகம், ஸ்ரீராமாநுஜ சரித்ரம், எஸ். கிருஷ்ணஸ்வாமி ஐயங்கார் (சுதர்சனர் பதிப்பு), திருச்சிராப்பள்ளி, 1983.
- அழகிய மணவாளப் பெருமாள் நாயனார், ஆசார்ய ஹ்ருதயம் (மூலம் மட்டும்), சுதர்சனர் பதிப்பு, திருச்சிராப்பள்ளி, 1993.
- கோயில் கந்தாடைநாயன், பெரிய திருமுடியடைவு, சுதர்சனர் பதிப்பு, திருச்சிராப்பள்ளி, 1975.
- திருவரங்கத்தமுதனார், இராமாநுச நூற்றந்தாதி (பெரிய ஜீயர், பிள்ளைலோகாசார்ய ஜீயர் உரையுடன்), சென்னை, 1891; மறுபதிப்பு 'ஸ்ரீ வைஷ்ணவஸ்ரீ', ஸ்ரீரங்கம், 1999.
- நாயனாராச்சான்பிள்ளை, சரமோபாய நிர்ணயம், சுதர்சனர் பதிப்பு, திருச்சிராப்பள்ளி, 1975.
- பிள்ளைலோகாசார்யர், ஸ்ரீவசனபூஷணம் (மூலம் மட்டும்), பி.ப. அண்ணங்கராசாரியர் பதிப்பு, சென்னை, 1976.
- பிள்ளைலோகஞ்சீயர், ராமாநுஜார்ய திவ்ய சரிதை, கந்தாடை திருவேங்கடாசார்யர் 1886ஆம் ஆண்டு பதிப்பித்ததன் மறுபதிப்பு, ஸ்ரீரங்கநாச்சியார் அச்சுக்கூடம், திருவரங்கம்.
- பின்பழகிய பெருமாள் சீயர், ஆறாயிரப்படி குருபரம்பரை, சுதர்சனர் எஸ். கிருஷ்ணஸ்வாமி அய்யங்கார் பதிப்பு, திருச்சிராப்பள்ளி, 1975.
- ...., வார்த்தாமாலை, சுதர்சனர் பதிப்பு, திருச்சிராப்பள்ளி, 1983.

* வடிவழகிய நம்பிதாசர், ஸ்ரீராமானுஜ வைபவம், வித்துவான் ஆர். கண்ணன்சுவாமி உரையுடன், சென்னை, 1988.
* ஆறாயிரப்படி பன்னீராயிரப்படி முதலிய குருபரம்பரா ப்ரபாவம் - முதற்பாகம், திருமலை நல்லான் சக்கரவர்த்தி கிருஷ்ணமாசார்ய ஸ்வாமி முதலிய நால்வர் பதிப்பு, சச்சிதானந்த அச்சியந்திர சாலை, சென்னை, 1909.
* திருமலை ஒழுகு, கோ. பாலசுந்தர நாயகர் பதிப்பு, திருமலை - திருப்பதி தேவஸ்தான வெளியீடு, திருப்பதி, 1953.
* கோயிலொழுகு, சுதர்சனர் பதிப்பு, திருச்சிராப்பள்ளி, 1976.

3. இராமாநுசர் - வைணவம் தொடர்பான நூல்கள்

* அண்ணங்கராசார்யர், பி.ப., பூர்வாசார்ய வைபவம், க்ரந்த மாலா, காஞ்சிபுரம், 1970.
* ஆசார்யா, பி.ஸ்ரீ., ஸ்ரீராமாநுசர், பாரி நிலையம், சென்னை, 1973.
* கிருஷ்ணஸ்வாமி அய்யங்கார் (தொகுப்பாசிரியர்), ஆசார்ய வைபவ மஞ்சரி - முதல் பாகம், திருச்சிராப்பள்ளி, 1992.
* கிருஷ்ணமாசார்யர். அ., இராமாநுசருடன் ஒரு நாள், ஸ்ரீவைஷ்ணவஸ்ரீ வெளியீடு, ஸ்ரீரங்கம், 2003.
* சாண்டில்யன், மதப் புரட்சி செய்த மகான் ஸ்ரீராமாநுஜர், வானதி பதிப்பகம், சென்னை, 2000.
* சிற்பி பாலசுப்பிரமணியம், இராமாநுசர் வரலாறு, கோலம் வெளியீடு, பொள்ளாச்சி, 1999.
* சிற்பி பாலசுப்பிரமணியம், கருணைக் கடல் இராமாநுசர் காவியம், பழனியப்பா பிரதர்ஸ், சென்னை, 2016.
* சீனிவாசன், ம.பெ., முதலாழ்வார்கள், சாகித்திய அகாதமி, புது தில்லி, 2007.
* சுப்ரமண்ய சிவம், ஸ்ரீ ஸ்ரீராமாநுஜ விஜயம், மதராஸ் ரிப்பன் அச்சியந்திர சாலை, சென்னை, 1924.
* பார்த்தசாரதி, இந்திரா, ராமாநுஜர் (நாடகம்), தமிழ்ப் புத்தகாலயம், சென்னை, 1997.
* பார்த்தசாரதி ஆர்., இராமாநுஜர், நேஷனல் புக் டிரஸ்ட் ஆப் இந்தியா, புது தில்லி, 1969.
* ராமாநுஜாசாரியார், சே., குமாரவாடி, பகவத் ராமாநுஜர், திருமால் பதிப்பகம், சென்னை, 1997.
* வேங்கடகிருஷ்ணன், எம்.ஏ., வைணவ ஆசாரியர்களின் வாழ்வும்

வாக்கும், (ஐதிஹ்ய நிர்வாஹ விளக்கம்), கீதாசார்யன், சென்னை, *2003.*

- Swami Ramakrishnananda, Life of Ramanuja, Ramakrishna Math, Madras, 1959.

4. மலர்கள்

- *ஸ்ரீ ராமாநுஜ விஜயம், எம்பெருமானாரின் 961வது திருநக்ஷத்ரமான 16வது மணி விழா மலர், திருவல்லிக்கேணி தென்னாசார்ய ஸம்ப்ரதாய சபை, சென்னை, 1978.*
- *ஸ்ரீ ராமாநுஜர் வைபவ ப்ரகாசிகை (ஸ்ரீரங்கநாராயண ஜீயர் சுவாமிகள் திக்கு விஜய சிறப்பு மலர்), அ.வே. ரங்காசாரியார் பதிப்பு, ஸ்ரீரங்கம், 1995.*

5. தத்துவ சிந்தனை தொடர்பானவை

- கந்தசாமி, சோ.ந., இந்திய தத்துவக் களஞ்சியம் - தொகுதி *3*, மெய்யப்பன் பதிப்பகம், சிதம்பரம், *2003.*
- லக்ஷ்மணன், கி., இந்திய தத்துவ ஞானம், பழனியப்பா பிரதர்ஸ், சென்னை, *1997.*
- Varadachary, K.C., Sri Ramanuja's Theory of knowledge - A Study, Thirumala Tirupati Devasthanam, Tirupati, *1980.*

6. கட்டுரை

- அரங்கராசன், இரா., 'விசிஷ்டாத்வைதம்', தத்துவ தரிசனங்கள் எனும் (இ.எஸ்.டி., செ. ஞானன்) தொகுப்பு நூலில் உள்ள கட்டுரை, மணிவாசகர் பதிப்பகம், சென்னை, *1999.*
- Seshadri, Kandadai, 'Ramanujan Social influence of His Life and Teaching' Econornic and Pocitical Weekly Feb.3, 1996, P.P. 292 - 298.

---

www.ingramcontent.com/pod-product-compliance
Lightning Source LLC
LaVergne TN
LVHW090417051026
849518LV00006B/2362
* 9 7 8 8 1 8 4 9 3 7 1 7 6 *